ஸ்மாஷன் தாரா

ஸ்மாஷன் தாரா

சாரு நிவேதிதா

எழுத்து
பிரசுரம்

Title: Smashan Tara
Author's Name: Charu Nivedita

Published by Ezutthu Prachuram

Zero Degree Publishing
No. 55(7), R Block, 6th Avenue,
Anna Nagar,
Chennai - 600 040

Website: www.zerodegreepublishing.com
E Mail id: zerodegreepublishing@gmail.com
Phone : 89250 61999

Ezutthu Prachuram First Edition: April 2022
ISBN: 978-93-93882-20-2
TITLE NO EP: 343

Cover Art & Cover Design: Rohini Mani
Layout: Vijayan, Creative Studio

என் மீது அளப்பரிய பிரியம் கொண்ட நண்பர்
(சிங்கப்பூர்) சிவகுமாருக்கு...

நன்றி

உலக இலக்கியத்தில் எனக்குப் பிடித்த கவிஞர் பலர். அதிலும் உணர்வு பூர்வமாக எழுதுபவர்களை விட எஸ்ரா பவுண்ட், ஒக்தாவியோ பாஸ் போல் தத்துவார்த்தமாக எழுதுபவர்கள் என்னைப் பெரிதும் ஈர்ப்பவர்கள். நாவலிலும் சிறுகதையிலும் எந்த உலக இலக்கியவாதிக்கும் நான் சளைத்தவன் அல்ல என்ற திமிரும் நம்பிக்கையும் எனக்கு எப்போதுமே உண்டு. ஆனால் நான் எழுதிய கவிதைகளில் எனக்கு அப்படி ஒரு நம்பிக்கை ஏற்படவில்லை. அதற்குத் தோதாக, என்னைச் சுற்றியிருந்த கவிஞர்களும் என்னை மாற்றி மாற்றி அடித்துத் துவைத்துக் கொண்டிருந்தார்கள். அப்போது என்னை அந்தச் சூழலிலிருந்து மீட்டவர்கள் மனுஷ்ய புத்திரன், நேசமித்ரன், ஆத்மார்த்தி, அராத்து ஆகியோர். அதோடு நில்லாமல், மனுஷ்ய புத்திரன், ஆத்மார்த்தி, அராத்து மூவரும் இந்தக் கவிதைத் தொகுதிக்கு முன்னுரையும், நேசமித்ரன் ஒரு அணிந்துரையும் எழுதிக் கொடுத்தனர்.

ஒரு கட்டத்தில் மனுஷ்ய புத்திரனின் நேர நெருக்கடியின் காரணமாக முன்னுரை வரத் தாமதம் ஆனபோது அவரிடம் நான் சொன்னேன், "எப்போது முடியுமோ அப்போது தாருங்கள், அதுவரை புத்தகம் காத்திருக்கும்." இதைச் சொன்னதும் அடுத்த நாளே கொடுத்தார். நானும் வாய் வார்த்தையாகச் சொல்லவில்லை. எத்தனைக் காலமானாலும் காத்திருந்திருப்பேன்.

இவர்களுக்கு நன்றி சொல்வது வெறும் சம்பிரதாயம் அல்ல. வார்த்தைகளால் வெளிப்படுத்த முடியாத உணர்வு அது.

கவிதைகள் நூலாக வருவதற்கு முன் தொகுதியை மேலும் ஒருமுறை படித்து, செப்பனிட வேண்டுமானால் செய்து தரும்படி ஆத்மார்த்தியைக் கேட்டுக் கொண்டேன். அதிகம் அவர் கை வைக்காதது எனக்குப் பெரும் நம்பிக்கையை அளித்தது. அதே சமயம், அவர் கை வைத்த இடங்கள் மொழியின் லலிதம் பற்றி எனக்குக் கூடுதல் புரிதல்களை ஏற்படுத்தின. உதாரணமாக,

ஏன் இந்தக் கோவிலுக்குத்
தினந்தோறும்
வந்து
தீபமாகிறாய்
அமர்ந்து பேசி விட்டுத்தான்
போயேன்
வனமோக
நீ

என்பதை நான்

ஏன் இந்தக் கோவிலுக்குத்

தினந்தோறும்
வந்து
தீபமேற்றுகிறாய்
அமர்ந்து பேசி விட்டுத்தான்
போயேன்
வனமோகனி

என்று எழுதியிருந்தேன். தீபமேற்றுகிறாய் என்பதில் ஒருசில எழுத்துக்கள் மாறினதும் கவிதை வேறோர் உயரத்துக்குப் போய் விட்டது. அதேபோல்,

பாழ்வெளியில் தனது விரல்களால் காற்றை
இசைத்துக் கொண்டிருக்கும் எருமைத்தலை
தொன்ம மனிதன்

என்று நான் எழுதியது

பாழ்வெளியில் தனது விரல்களால் காற்றை
இசைத்துக் கொண்டிருக்கும் எருமைத்தலை
தொன்மன்

என்று மாறியது ஆத்மார்த்தியின் கையில். ஆத்மார்த்திக்கு என் அன்பும் நன்றியும் என்றும்.

இன்னும் இன்னும் கவிதைகள் எழுத இந்த நண்பர்கள் எனக்கு உந்துதல்.

- சாரு நிவேதிதா

சாந்தோம்
1.3.2022

பித்தனின் பாடல்கள்

சமீபத்தில் பிராகிருத மொழியின் அகப்பாடல் திரட்டு ஒன்றை படித்துக்கொண்டிருந்தேன். 'காஹா சத்தசஈ' எனப்படும் அக்கவிதைத் திரட்டிலிருந்து தேர்ந்தெடுத்த கவிதைகளை தமிழில் சுந்தர் காளியும் பரிமளம் சுந்தரும் மொழிபெயர்த்திருக்கின்றனர். பொதுவாக நவீன கவிதை வாசிப்புப் பழக்கம் உள்ள எவருக்கும் கவிதை என்று தோன்றாத மிக எளிய சொற்களில் அக்கவிதைகள் எழுதப்பட்டிருந்தன. காமத்தின் பெருமூச்சுகள், பிரிவின் பரிதவிப்புகள், காதலின் முன் இயலாமையின் ஏக்கங்கள் என விரியும் அப்பாடல்களுக்கும் சங்கப் பாடல்களுக்கும் இடையே வியக்கத்தக்க ஒற்றுமைகளைக் காணமுடிந்தது. இதை மொழிபெயர்ப்பாளர்களும் தங்கள் அறிமுக உரையில் சுட்டுகின்றனர். ஆண் பெண் உறவுகளின் சிக்கலான நவீன கால மனங்கள் உருவாவதற்கு முந்தைய காலகட்டத்தில் நேரடியாக உடலின் தேவைகள், ஏக்கங்களின் வழியாக காதல் சொல்லப்படுகிறது. காதல் என்பதுகூட ஒரு பூடகமான மய்யமான எதையுமே தெளிவாகக் கூறாத ஒரு உள்ளீடற்ற சொல்.

உடல்கள் உடல்களைத் தேடிக் கொள்ளும் விழைவே இக்கவிதைகளின் ஆதார ஊற்று. அது ஒரு குயிலின் இணையை வேண்டும் ஏக்க அழைப்பைப் போன்றது.

இக்கவிதையைப் பாருங்கள்:

புத்தகம் வழிப்பட்ட கலவி
சலித்துப் போகிறது விரைவில்
அக்கணத்துப் புதுமைகளே
நான் விரும்புபவை

வேறொரு கவிதை

என் பாவாடையின் முடிச்சுக்காய்த்
துழாவியபோது
ஏற்கனவே அவிழ்க்கப்பட்டிருப்பது கண்டு
வெட்கினான்
நானோ,
ஒரு நகை நகைத்து அவனை ஆரத்தழுவினேன்

இந்தக் கவிதையைப் பாருங்கள்

அவள் பாவாடை காற்றில் விரிந்து
தொடையில் பற்குறிகள் தென்பட்டதும்
பொற்புதையலின் மூடி திறந்தாற்போல்
பெருங்கிளர்ச்சியுற்றாள் அவளைப் பெற்றவள்

இது போன்ற பாடல்கள் உடல்களின்மீதும் பாலின்பத்தின்மீதும் பிற்காலத்தைய ஒடுக்குமுறைகளும் கண்காணிப்புகளும் நாசூக்குகளும் இடம் பெறாத காலத்தின் வாழ்வியலிருந்து உருவானவை. தன் மகளின் தொடையிலிருக்கும் பற்தடங்களைப் பார்த்து தன் மகள் நிறைவான பாலின்ப வாழ்க்கை வாழ்வதாக ஒரு

அன்னை பூரிப்படைவதாக எழுதும் ஒரு கவிஞனின் சுதந்திரம் இன்றைக்கு சாத்தியமற்றதாக இருக்கிறது. நான் ஒரு முறை 'ஈர்க்கிடை புகா இள முலை' பற்றி ஒரு கவிதை எழுதினேன். அது என் எதிரிகளால் ட்ரோல் செய்யப்பட்டது. என் மீது அக்கறைகொண்ட நண்பர்கள் இதுபோன்ற கவிதைகளை ஃபேஸ் புக்கில் எழுதாதே என அக்கறையுடன் வலியிறுத்தினார்கள். மிக எளிய, நம்முடைய பழந்தமிழ் இலக்கியத்தில் புழங்கக்கூடிய சொற்கள்கூட இன்று அதிர்ச்சி மதிப்பிற்குரியதாகிவிட்டன. வரலாற்றில் ஒரு சொல் எப்போது ஆபாசச் சொல்லாக மாறுகிறது என்பதை வைத்து அந்தக் கலாச்சார வரலாற்றை ஒரு குறுக்குவெட்டுத் தோற்றத்தில் எழுதி விடலாம். அந்த வகையில் நமது மனங்கள் மொழி ரீதியாகவும் வாழ்வியல் ரீதியாகவும் கடுமையாக ஒடுக்கப்பட்டிருக்கின்றன. அவற்றிற்கு இலக்கியப் பிரதிகளும் விலக்கல்ல. அன்றாட வாழ்வின் மிக எளிய பாலியல் நடத்தைகளும் சொற்களும்கூட ஒரு இலக்கியப் பிரதிக்குள் வரும்போது ஆபாசமானதாக மாறிவிடுகின்றன. அதனால் எதையும் குறிப்பால் உணர்த்தும் மாபெரும் இலக்கியத் தலைமுறைகள் கடந்த ஒரு நூற்றாண்டாக தமிழில் உருவாகி வந்திருக்கின்றன. புனைகதைகளின் புனிதக் காதலின் மானசீகப் போராட்டங்களும் கவிதைகளும் மறைபொருள்களும் இப்படித்தான் நவீன தமிழ் இலக்கியப் பரப்பை ஆக்ரமித்துக்கொண்டன.

இந்த ஒடுக்குமுறையை மீற முயன்ற எழுத்தாளர்களில் சாரு முதன்மையானவர். இதை கலகம் என்றும் வக்கிரம் என்றும் இருமுனைகளில் அபிப்ராயங்கள் அவர்மேல் விழுந்தன. ஆனால் அவர் தன் புனைவெழுத்துக்களிலும் பத்திகளிலும் இந்த இறுக்கமான ஒழுங்கினை தொடர்ந்து

கலைத்துக்கொண்டிருந்தார். நவீன மனங்களின் நீங்காத துயரத்தின் பீடையை ஒழித்து நம்முடைய பழங்கால இலக்கியங்கள் போல உடலின் இன்பங்களையும் வாழ்வின் கிளர்ச்சிகளையும் நோக்கித் தனது எழுத்துக்களை செலுத்தினார். இதற்காக அவர் பழிச்சொற்களையும் அவமானங்களையும், ஒதுக்குதலையும் சந்தித்தார். நவீன இலக்கியத்தின் மீது இருந்த 'பொலிடிகல் கரெக்ட்னெஸ்' ஸை உடைத்து ஒரு புதிய சுதந்திர வெளியை நோக்கி செலுத்தியதுதான் சாருவின் முதன்மையான பங்கு. இதைச் செய்வதற்கான ஒரு சாகச மொழி நடையும் அவருக்குக் கூடி வந்தது. அனுபவங்களின் அல்லது மன உணர்வுகளின் துவக்கப்புள்ளியிலேயே எந்தப் பூச்சுகளுமற்று எழுதுவது ஒரு சவால். அதற்கு ஒரு தைரியம் தேவை. அது சாருவிடம் எப்போதும் இருந்திருக்கிறது.

இந்தப் பின்புலத்தில்தான் சாருவின் இக்கவிதைகளைக் காண்கிறேன். சிறந்த உரைநடையாளர்கள் கவிதைமேல் அக்கறை கொள்வதும் சிறந்த கவிஞர்கள் உரைநடையை கைக்கொள்வதும் தமிழில் புதிதல்ல. நகுலன், சுந்தர ராமசாமி, பிரமிள், க.நா.சு., சுஜாதா, பாலகுமாரன், எஸ். ராமகிருஷ்ணன், ஜெயமோகன். பிரபஞ்சன், நாஞ்சில் நாடன், பெருமாள் முருகன், பா.வெங்கடேசன், பெருந்தேவி, போகன் சங்கர் என கவிதைக்கும் உரைநடைக்கும் இடையே ஊடாடியவர்களின் பெரும் பட்டியல் இருக்கிறது. சாரு உலகளாவிய அளவில் முதன்மையான கவிஞர்கள்பால் பெரும் ஈடுபாடு கொண்டவர். அவர்களில் பலரைப்பற்றி தமிழில் எழுதியிருக்கிறார். ஸீரோ டிகிரியே பாட்டு இடையிட்ட ஒரு நடை தான். அதன் கவிதைப் பகுதிகள் அந்த நாவலின் வண்ணத்திற்கு முக்கியக் காரணம்.

இத்தொகுப்பில் உள்ள கவிதைகள் பல சமுக வலைத்தளங்களில் வந்தபோது அவை கவிதையா எனக் கேட்டு கேலி செய்திருக்கிறார்கள். சாருவே இதை இக்கவிதைகளின் ஊடே பதிவு செய்கிறார். இந்தக் கவிதை மொழியின் வெளிப்படைத்தன்மை, நேரடித்தன்மை, எளிமை காரணமாக இவற்றை கவிதை அல்ல என்று நிராகரிப்பது ஒரு வெளிப்பாட்டு முறைமையை நிராகரிக்கும் செயல். சாரு இதில் கைக்கொண்டிருக்கும் மொழிக்கு ஏராளமான முன்னுதாரணங்கள் நவீன கவிதையிலும் பழங்கவிதைகளிலும் இருக்கின்றன. இக்கவிதைகளில் இன்னொரு உடலுக்கான, உயிருக்கான இச்சையும் பரிதவிப்பும் பிரிவின் துக்கமும் காட்டுத்தீ போல பற்றி எரிகின்றன. தாபம் இங்கே தன் ஆடைகளைக் களைந்து வெட்ட வெளியில் தன்னை நிறுத்திக்கொள்கிறது. அதன் வழியாக தனக்கு ஒரு நீதி வேண்டுகிறது. மனித உடல் காலகாலமாக கோரும் நீதி அது. கூட்டை விட்டுத் தவறி விழுந்துவிட்ட ஒரு பறவையைப்போல பெரும் பரிதவிப்பும் இக்கவிதைகள் எங்கும் நிரம்பியிருக்கின்றன. அவை உடலின் மீதான பிரார்த்தனைகள். இச்சையின் நடனங்கள்.

மாயா பற்றிய அவரது கவிதைகள் தனித்தனி கவிதைகள் அல்ல. அவை ஒரு நீள் கவிதையின் பகுதிகள். அவை ஒரு தனிப்பகுதியாகவும் பிற கவிதைகள் இன்னொரு பகுதியாகவும் தொகுக்கப்பட்டால் இத்தொகுதிக்குள் ஒரு ஒத்திசைவு உண்டாகும் என்று தோன்றுகிறது.

நான் ஆரம்பத்தில் குறிப்பிட்ட பிராகிருத கவிதைகளின் சுதந்திரமான, கூச்சங்களற்ற இந்த வெளிப்பாட்டுமுறைக்கு ஒரு தேவையும் அவசியமும் இருப்பதுபோல சாருவின் கவிதைகளுக்கும் உண்டு. நம்முடைய குறுகலான

வாசிப்புப் பழக்கவழக்கங்களின் வழியே இக்கவிதைகளை நிராகரிக்கலாகாது. இவை வேறொரு இலக்கிய மரபு சார்ந்தவை.

சாருவுக்கு என் அன்பும் வாழ்த்தும்.

அன்புடன்,
மனுஷ்ய புத்திரன்
25.12.2021

உன்மத்தத்தின் அழகியல்

காற்றே வா.

மகரந்தத் தூளைச் சுமந்துகொண்டு, மனதை மயலுறுத்துகின்ற இனிய வாசனையுடன் வா; இலைகளின்மீதும், நீரலைகளின்மீதும் உராய்ந்து, மிகுந்த ப்ராண ரஸத்தை எங்களுக்குக் கொண்டு கொடு.

காற்றே, வா.
எமது உயிர் - நெருப்பை நீடித்து நின்று
நல்லொளி தருமாறு
நன்றாக வீசு.
சக்தி குறைந்துபோய், அதனை
அவித்துவிடாதே.
பேய்போல வீசி அதனை மடித்துவிடாதே.
மெதுவாக, நல்ல லயத்துடன், நெடுங்காலம்
நின்று வீசிக் கொண்டிரு.
உனக்குப் பாட்டுகள் பாடுகிறோம்.
உனக்குப் புகழ்ச்சிகள் கூறுகிறோம்.
உன்னை வழிபடுகின்றோம்.

இந்தக் கவிதையை சமீபத்தில் வாசிக்க நேர்ந்தது. இதை யார் எழுதி இருக்கக் கூடும் என்று யோசித்துக்கொண்டே தொடர்ந்து படியுங்கள். கடைசியில் இதைப்பற்றிப் பேசலாம்.

சாரு நிவேதிதாவின் உரைநடை தனித்தன்மையான மொழிநடைக்கும், சரளமான தன்மைக்கும் பெயர் பெற்றது. வாசிக்க மிக எளிதாக இருக்கும் என்பது இதுவரை யாராலும் மறுக்கப்பட்டதில்லை. எளிமையாக இருப்பதும், எளிமையாக எதையாவது செய்வதும்தான் உலகிலேயே மிகக் கடினமானது. சாரு நிவேதிதாவின் கட்டுரையையோ, நாவலையோ வாசிக்கும் ஒருவன் கதை எழுதுவது இவ்வளவு சுலபமான ஒன்றா என்ற இன்ப அதிர்ச்சிக்கு உள்ளாகி அடுத்த நொடி எழுத ஆரம்பித்து விடுவான். இந்த விபத்தில் இருந்து தப்பித்துக்கொள்பவர்கள் குறைவுதான்.

சாரு நிவேதிதாவின் உரைநடை போலவே இப்போது எளிமையாக கவிதைகள் எழுதும் ”எளிமைக் கவிஞர்கள்” தமிழ் இலக்கிய உலகில் பெருகிவிட்டார்கள். எந்த அளவுக்கு எளிமையாக எழுதுகிறார்கள் என்றால் - “அம்மாதான் கடைசியாக சாப்பிடுவாள். அவள் சாப்பிடும் போது குண்டானில் சாதம் காய்ந்து மீண்டும் அரிசியாகிப் போனது”. இந்தக் கவிதை *(!)* ஒரு விளையாட்டு உதாரணத்திற்காக நான் எழுதியது. அதனால் கொஞ்சமேனும் சினிமாப் பாடல் தரம் வந்திருக்கலாம். ஆனால் இப்போதைய எளிமையான கவிதைகளில் ஒன்றுமே இல்லை.

தமிழில் சமகாலத்தில் எழுதப்படும் பல கவிதைகளை “தமிழிலக்கிய குத்துப்பாட்டு“ என்ற வகைமையில்

சேர்க்கலாம். சினிமாவில் எப்படி வணிக நோக்கத்திற்காக குத்துப்பாட்டு அறிமுகப்படுத்தப்பட்டதோ அது போல நவீன தமிழிலக்கியத்தில் இந்த "குத்துக் கவிதைகளின்"ஆதிக்கம் பெருத்துக் கிடக்கிறது. உலக அளவிலும் கவிதைக்கான களம் மிகவும் வலுவிழந்து காணப்படுகிறது. போலி நுட்பங்களாலும், உடனடி உணர்ச்சிப்பெருக்காலும், அரைகுறை முற்போக்குக் கருத்துக்களாலும் கவிதைகள் புனையப்பட்டு பிரபலமாகின்றன. இப்படி, குறைந்த ஆயுளில் வாழ்பவைகளாகக் கவிதைகளை மாற்றி விட்டனர்.

கவிதை என்பது நுட்பம் சார்ந்தது அல்ல. அது மொழி சார்ந்தது கூட அல்ல. ஒரு நல்ல கவிதைக்கு மொழி வளம் என்பது கூட இரண்டாம் பட்சம்தான். கவிதை என்பது உன்மத்த நிலையில் வெளிப்படுவது. எழுதப்படுவது என்ற வார்த்தையைத் தவிர்த்து வெளிப்படுவது என்று நான் எழுதியிருப்பதை கவனியுங்கள். யாராலும் கவிதையை எழுத முடியாது. எழுதப்படுபவைகள் கவிதைகளே அல்ல. அன்றாட அலுப்பு சலிப்பு வாழ்வில் இருந்து விலகி, மனிதன் என்பதைக் கூட மறந்து எப்போதேனும் ஓரிரு கணங்கள் சஞ்சரிக்கும் நேரத்தில் தெறிக்கும் தெறிப்பு சில நேரங்களில் கவிதை ஆகலாம். அந்தத் தெறிப்பை வெளிப்படுத்துவதற்கு மொழிநடை உதவலாம்.

கலை என்றால் அதில் முதலிடம் கவிதைக்குத்தான் கொடுக்க வேண்டும். எல்லைகளற்ற படைப்பூக்கத்துக்குக் கவிதையில் மட்டுமே இடம் உண்டு. இந்த எல்லைகளற்ற படைப்பூக்கத்தையும், உன்மத்த நிலையில் உருவான சில கவிதை வரிகளையும் தரிசிக்க வேண்டும் என்றால் சாரு நிவேதிதாவின் "ஸ்மாஷன் தாரா" கவிதைத் தொகுப்பில் அது சாத்தியமாகிறது. இந்த உன்மத்த அனுபவத்தின்

தீண்டல்களை உணர்வதற்கு நீங்களும் கொஞ்சமாவது மனதளவில் தயாராக வேண்டும். அதற்குப் பெரிதாக மெனக்கெட வேண்டாம். இதுவரை கற்றதிலிருந்தும் இதுவரையிலான அனுபவங்களிலிருந்தும் விடுபட்டால் போதுமனது. அதாவது, அன்வைண்டிங்!

எனக்கு இந்தக் கவிதைகளை வாசிக்கும்போது ஆச்சர்யமாக இருந்தது என்னவென்றால், சாரு நிவேதிதாவின் வழக்கமான எழுத்துப் பாணி எங்குமே தென்படவில்லை. 45 வருடங்களாகத் தொடர்ந்து எழுதி வரும் ஒருவர் தன் உயிர் மூச்சு போன்ற எழுத்துப் பாணியை முற்றிலும் உதறிவிட்டு, புத்தம் புதிதான சொற்களோடும், இதுவரை தீண்ட மறந்த கணங்களோடும் வாசகரை சந்திப்பது என்பது மிகவும் அபூர்வம்.

ஒரு நாவலாசிரியர் கவிதை எழுதினால் அவர் உரைநடையை மடக்கிப் போட்டது போல இருக்கும். ஒரு கவிஞர் உரைநடை எழுதினால் அவர் கவிதையை விரித்துப்போட்டது போலத்தான் இருக்கும். இப்போது கவிஞர்கள் என்று சொல்லிக்கொள்பவர்களே உரைநடையாளர்கள்தான் என்று வையுங்கள். என்ன, கவித்துவமான உரைநடை என்று சொல்லிக்கொள்ளலாம். அவர்களால் தங்கள் எழுத்தின் சாயலை உதறிக்கொள்ள முடியாது. ஆனால் சாரு நிவேதிதா தன் எழுத்துச் சாயலை முற்றிலும் உதறி விட்டு கவிதையை அந்தந்த கவிதைக் கணங்களில் வாழ்ந்து, உணர்ந்து, அந்தக் கவிதைக்கே உரிய பிரத்தியேக மொழியில் கைமாற்றிக் கொடுத்திருக்கிறார்.

சாரு நிவேதிதா டிரான்ஸ்க்ரஸிவ் எழுத்தாளர் மற்றும் ஆட்டோ ஃபிக்‌ஷன் எழுத்தாளர் என்று பரவலாக

அறியப்படுபவர். இந்தக் கவிதைத் தொகுப்பை படித்த போது எனக்கு இது "ஆட்டோஃபிக்ஷன் போயம்ஸ்" என்று தோன்றியது. இப்படி ஒரு வகைமை கவிதைகளில் உள்ளதா என்று எனக்குத் தெரியவில்லை. இதுவரை அப்படி இல்லாமல் இருந்து இருந்தால் இந்தப் பெருமையும் எதிர்காலத்தில் சாருவுக்குக் கிடைக்கும். இதில் ஒரு ஆபத்து உள்ளது. தன் வாழ்வின் அன்றாடப் புலம்பல்களையும், சோகங்களையும், காமத் தோல்விகளையும் மடக்கு வரிகளாக மடக்கி மடக்கி நீட்டிக்கொண்டு செல்பவர்களும் ஆட்டோஃபிக்ஷன் கவிதை என சொல்லிக்கொள்ளக்கூடிய ஆபத்துதான் அது. ஆனால் சாருவின் இந்தக் கவிதைகளை நீங்கள் படிக்கும் போது அந்த சல்லிப் புலம்பல் கவிதைகளுக்கும் சாருவின் உன்மத்த கவிதைகளுக்கும் பெருமளவு வித்தியாசத்தை சுலபமாக உணர முடியும்.

நவீன கவிதைதான் என்றாலும் அதில் ஒரு மரபு சார்ந்த தொடர்ச்சி இருக்கிறது. சங்க இலக்கியத்தின் ஒரு துளி இந்தக் கவிதையில் இருக்கிறது என்பது போன்ற விமர்சனங்களை அல்லது புகழுரைகளை கவிதை வெளியீட்டு விழாக்களில் கேட்டிருக்க முடியும். சாரு நிவேதிதாவின் எழுத்துகளைத் தொடர்ந்து படித்து வருபவன் மற்றும் அவரை கவனித்து வருபவன் என்ற முறையில், சாருவுக்கு ஆதிகால வேதங்கள் மீது ஒரு ஈர்ப்பும் பிரேமையும் உண்டு என்பதை உணர்ந்திருக்கிறேன். அவ்வப்போது அவர் அதை எடுத்துக்காட்டி எழுதியிருப்பதை வாசித்திருப்பீர்கள். இந்தக் கவிதைத் தொகுப்பில் உள்ள பெரும்பாலான கவிதைகளை நான் அந்த வேதங்களின் தொடர்ச்சியாக அல்லது அவற்றின் ஆழமான பாதிப்பில் உருவான

கவிதைகளாகப் பார்க்கிறேன். இதிலும் ஒரு விலக்கத்தைச் சொல்லியாக வேண்டியுள்ளது. வேதங்கள் என்றால், விதிகள், சமூகம், அரசியல் அல்லது பக்தி சார்ந்த பகுதிகள் அல்ல. மாறாக, வேதத்தில் இருக்கும் கவித்துவத்தை மட்டும் சாரு நிவேதிதா தன் கவிதைகளுக்கு எடுத்துக் கொண்டிருக்கிறார்.

சாரு நிவேதிதாவுக்கு இயல்பிலேயே ஆதி அந்தமான அழகியல் வெளிப்பாடுகள் மீதும், அவைகள் உண்டாக்கும் கவித்துவமான அதிர்வுகள் மீதும் ஓர் ஒத்திசைவு இருந்திருக்க வேண்டும். அதனால்தான் இந்தத் தொகுப்பில் உள்ள பெரும்பாலான கவிதைகள் காலமற்ற, எப்போதும் சாஸ்வதமான உணர்வுகளைப் பற்றிப் பேசுகின்றன. உலகம் தோன்றி மனித குலம் உண்டான காலத்தில் என்னென்ன உணர்வுகளும் உணர்ச்சிகளும் அடிப்படையாக இருந்திருக்குமோ, அவைகளில் எவை இப்போதைய அதி நவீன காலத்திலும் கடுகளவும் மாறாமல் தொடர்ந்து கொண்டிருக்கின்றனவோ அவைதான் இந்தத் கவிதைத் தொகுப்பில் கவிதைகள் ஆகியிருக்கின்றன.

இந்தக் கவிதைகளைப் படிக்கையில், சாரு நிவேதிதா ஒரே நேரத்தில் புராண காலத்தில் ஒரு காலையும் இந்த நவீன வாழ்வின் காலகட்டத்தில் இன்னொரு காலையும் வைத்துக்கொண்டு காலமற்ற பெருவெளியில் சஞ்சரித்தபடி இந்தக் கவிதைகளை எழுதியிருப்பதாக எடுத்துக்கொள்ள வேண்டியிருக்கிறது. இதில் மிகவும் அபூர்வமான விஷயம், இந்தக் கவிதைகளில் பயன்படுத்தியிருக்கும் மொழி. பழங்கால மொழியும் அல்ல. நவீன கால மொழியும் அல்ல. காலச் சுமையை உதறிவிட்டு நிர்வாணமாகத் தன்னை காட்டிக்கொண்டு காட்சி தரும் தமிழ் மொழி.

இந்த கவிதை மொழியை வைத்துக்கொண்டு, இது எந்தக் காலத்தில் எழுதப்பட்டது என எந்த மொழி ஆராய்ச்சியாளராலும் கண்டுபிடிக்க முடியாதபடிக்கு சில கவிதைகள் இந்தத் தொகுப்பில் உள்ளன.

சமகால பிரச்சனைகள் நவீன கவிதைகளில் வர வேண்டும் என்று பலர் சொல்லக் கேட்டிருக்கிறேன். சில கவிதைகள் சமகால பிரச்சனைகளை பேசுகின்றன என சிலாகிப்பதையும் பார்த்திருக்கிறேன். இதில் எந்த மாற்றுக் கருத்தும் இல்லை. ஆனால் சமகால பிரச்சனை என்பது என்ன? ஒரு கவிதையில் ஆண்ட்ராய்ட் தொலைபேசியும், அலெக்ஸாவும் "குறி முறுக்குப் பசையும்" இடம் பெற்று விட்டால் அது சமகாலப் பிரச்சனையைப் பேசும் கவிதை ஆகி விடுமா? என்ன அப்படிப் பெரிதாக சமகால பிரச்சனைகள் வித்தியாசமாக முளைத்து விட்டன? அதே காதல்தான், அதே அன்புதான், அதே பிரிவுதான், அதே துயரம்தான். இவைகளை சமகால மனம் எப்படி எதிர்கொள்கிறது என்பதுதான் சமகால கவிதையே அன்றி, ஸ்விக்கி, ஜொமாட்டோ போன்ற சேவைகள் கவிதையில் இடம் பெறுவதோ, வாட்ஸப் சாட் அல்லது முத்த ஸ்மைலி இடம் பெறுவதோ அல்ல. 20 சாப்பாடுன்னு சொல்லிட்டா, வேலை செய்யிற காட்டுக்கு கொண்டாந்து சப்ளை செஞ்சிடுவாங்க என்று ஒரு தாத்தா சமீபத்தில் சொல்லிக்கொண்டு இருந்தது ஞாபகம் வருகிறது. சந்தையில் வியாபாரம் முடித்து மாட்டு வண்டியில் ஏறிப் படுத்தால் வீடு வந்து சேர்ந்து விடும் மாடுகள். நாளை டெஸ்லா கார் பற்றி

> *"தானியங்கிக் காரில் படுத்திருக்கிறேன்*
> *சேருமிடமென எதைக் கொடுத்தேன்*
> *என*

மறந்து விட்டேன்
தவறான இடத்துக்குக்
கொண்டு சென்று விட்டாலும்
சரியான இடமென்றே
நினைத்துக்கொள்வேன்."

இப்படி ஏதேனும் உளறி அதில் டெஸ்லா என்ற வார்த்தையைச் சேர்த்து விட்டால் அதுதான் சமகால கவிதை!

மாறாக சாரு நிவேதிதா சமகாலத்தை இதைப்போன்ற கேட்ஜட்ஸ் பம்மாத்துகளை உபயோகிக்காமல் எப்படி கவிதையில் கொண்டு வருகிறார் பாருங்கள்.

"நான் உன்னைத்தான்
தேடி
வந்து கொண்டிருக்கிறேன்
இருந்த இடத்தில்
இருந்தபடியே..."

அதுவும் மிக கிக எளிமையான அழகிய தமிழில். வேறொரு கவிதையில் இப்படி எழுதிச் செல்கிறார்...

....
குதிரை விமானமாயிற்று
ஆனாலும்
காதலில் தோல்வியுற்ற
மனிதன்
இன்னமும்
மதுவைத்தான் நாடி
ஓடிக் கொண்டிருக்கிறான்
கணவனின் துரோகம்

தாங்க முடியாத பெண்
இன்னமும்
அரளி விதையைத்தான்
அரைத்துக் கொண்டிருக்கிறாள்
இன்னமும் ஒரு குழந்தை
தாயைத் தேடி
அழுது கொண்டிருக்கிறது
....

எதுவும் இங்கே மாறவில்லை. மொழியும் அதைக் கையாளும் முறையும் மட்டுமே மாறியிருக்கின்றன என்ற பார்வையில் கூட இந்தக் கவிதையைப் படிக்கலாம். இதைப் படிப்பவர்களின் மனச்சித்திரங்களும் இப்போது மாறியிருக்கும். மிகவும் எளிமையான தமிழில் எழுதப்பட்டிருக்கும் இந்தக் கவிதை பலவிதமான வாசிப்பு சாத்தியக்கூறுகளைத் தன்னகத்தே கொண்டுள்ளது.

சங்க இலக்கியப் பாடல்களில் பிரிவுத்துயரின் போது எழுதப்படும் வரிகள் மலை போல குவிந்து கிடக்கும். பெரும்பாலும் இயற்கையை ஒப்பிட்டுச் சொல்லி தலைவி தவிப்பில் புலம்புவது போல பாடல்கள் இருக்கும். பின்வரும் கவிதையில் தலைவிக்கு பதில் தலைவன் இடம்பிடிக்கிறான். நிலவு சுடுகிறது, குயிலின் கானம் கசக்கிறது போன்ற சங்க காலப் படிமங்கள் ஒரு படி தரமுயர்ந்து இசை, இலக்கியம் என மாற்றம் கொள்கின்றன. நாகரீகமடைந்த சமுதாயத்தில் இருக்கும் ரசனை மேம்பட்ட ஒருவனின் காதல் தோல்வி அல்லது காதலியின் பிரிவு வேறெந்த கவிதையிலாவது பாடுபொருளாக இருந்திருக்கிறதா என்பது சந்தேகம்.

இசை ரசிக்கவில்லை
இலக்கியம் கசக்கிறது
சினிமா வெறும் நிழல்களின்
சலனம்
போனதுதான் போனாய்
இதையெல்லாமா
எடுத்துக்கொண்டு
போவாய்

ஒருத்தி பிரிந்து போகும்போது அவள் மட்டும் போவதில்லை. வாழ்வில் இருந்து எல்லாவற்றையும் வழித்து எடுத்துக்கொண்டு போகிறாள் என்பதுதான் ஆடவனின் சமகால காதல் தோல்வி அல்லது பிரிவின் பிரச்சனைகள். இது வாசிப்பதற்கு எளிமையாக இருப்பது போலத் தோன்றினாலும் நவீன வாழ்வின் உளவியல் சிக்கலை சிக்கல் இல்லாமல் சொல்லும் ரத்தினச் சுருக்கக் கவிதை. ஒரு பெண் பிரிந்து சென்றதும் அந்த ஆண் தன் தொடர்பை உற்றார் உறவினர், நண்பர்கள் என மொத்த உலகத்திடம் இருந்தும் துண்டித்துக்கொண்டு தனிமையில் சுருங்கி விடுகிறான் என்பதைப் பார்க்கிறோம். இதை மனதில் வைத்து இந்தக் கவிதையை வாசித்தால் நிறைய திறப்புகள் கிடைக்கும். கவிதை இன்னும் விரிவடையும். ரசனை மேம்படுவதைத் தாண்டி ஒரு காதல் தோல்வியை, பிரிவை கையாள்வது எப்படி என்ற சூட்சுமம் கூட பிடிபடலாம்.

சாரு நிவேதிதா தன் நாவலில், சிறுகதைகளில், ஏன் கட்டுரைகளில் கூட ஃபிரெஞ்சு தத்துவவாதிகள், அறிவுஜீவிகள் மற்றும் புனைவெழுத்தாளர்களின் தாக்கம் கொண்டவர். ஃபிரெஞ்சு மட்டுமன்றி லத்தீன் அமெரிக்கா, மொராக்கோ எழுத்தாளர்களின் தாக்கமும்

கொண்டவர். அவர் தன்னை ஒரு ஐரோப்பியன் என உணர்வதாகவே பலமுறை சொல்லியும் இருப்பவர். அவருடைய நாவல், சிறுகதைகளைப் படிப்பவர்களுக்குத் தெரியும், அதில் வெளிப்படும் ஃபிரெஞ்சு மற்றும் மேற்கத்திய சிந்தனா போக்கு. சிந்தனைத் தாக்கம்தான் இருக்குமே அன்றி மொழிநடையிலும் விவரிப்பிலும் கதை சொல்லல் முறையிலும் தனித்துவமான பாணியை உருவாக்கிக்கொண்டிருப்பார். சாரு நிவேதிதா இன்னதென அறுதியிட்டுக்கூற முடியாத அளவுக்கு உலகம் கண்டுகொள்ளாத சிறு நாட்டு இலக்கியத்தைக் கூட படித்திருப்பார். அவருடைய கட்டுரைகளை படித்து வருபவர்களுக்குத் தெரியும், பாப்லோ நெரூதா, நிக்கானோர் பார்ரா, ஒக்தாவியோ பாஸ் என பல உலகப் புகழ்பெற்ற கவிஞர்களைப் படித்தும் பேசியும் வருபவர் என்று. சார்ல்ஸ் ப்யூகோவ்ஸ்கியின் ஒரு நீண்ட கவிதையை ஒரு விழா மேடையில் முழுதும் வாசித்தவர். முன்னுரை எழுதுவதற்காக இவர்களை கொஞ்சம் வாசித்துப் பார்த்தேன். ஆச்சர்யப்படும்படியாக, சாரு நிவேதிதாவின் இந்தக் கவிதைத் தொகுப்பில் இவர்கள் ஒருவரின் பாதிப்பும் இல்லை. உரைநடையில் ஐரோப்பிய சிந்தனைப் போக்கை எடுத்துக்கொள்ளும் சாரு, கவிதையில் முழுக்க முழுக்க இந்திய ஆதி கால கவிதைகளின் சிந்தனை மற்றும் கவித்துவப் பாணியை எடுத்துக்கொண்டிருக்கிறார் என்று தோன்றுகிறது. உலகின் ஆதி கவிதை இங்கேதான் தோன்றியது என்பது கூட ஒரு காரணமாக இருக்கலாம்.

இந்தக் கவிதைத் தொகுப்பில் இன்னொரு குறிப்பிடத்தக்க அம்சம் - மாசுபட்டிருக்கும் தற்போதைய தமிழ்க் கவிதைச் சூழல் சாரு நிவேதிதாவை அணுவளவும் பாதிக்கவில்லை.

மழையா பெய்கிறது எனக் கேட்ட சாரு, அதே போல தற்காலத் தமிழ்க் கவிதை உலகத்துக்கும் சூழலுக்கும் சற்றும் சம்மந்தமில்லாத வேறோர் உலகில் அமர்ந்து கொண்டு எழுதிய கவிதைகள் என இவைகளைக் கொள்ளலாம்.

கவிதைக்கு மட்டும் எல்லையே கிடையாது என்று சொன்னேன் அல்லவா?

"இன்று
அவள் காதணிகளில்
ஏதோவொரு ஆபரணம்
அடுத்த ஜென்மத்திலாவது
மனிதப்பிறப்பெடுக்க
வேண்டும்"

என முடியும், வேட்டை மிருகம் நினைப்பது போன்ற கவிதை நல்ல உதாரணம்.

சாரு நிவேதிதாவின் சிக்னேச்சர் கவிதை என்றால்

"ஆனாலும்
இந்த உலகில்
வாழ எனக்கு
உரிமையில்லையா?"

என முடியும் பாவியின் வாக்குமூலம் கவிதையைச் சொல்லலாம். இந்தக் கவிதை, கவிதை வரலாறு ஆரம்பித்த நாள் முதல் இன்று வரை எங்கும் எழுதப்பட்டிருக்காது என்பது என் முடிவு.

முன்னுரையின் ஆரம்பத்தில் ஒரு கவிதையைப் பகிர்ந்திருந்தேன். யார் எழுதியிருப்பார்கள் என யோசித்து

வைத்துள்ளீர்களா? மகாகவி பாரதியின் கவிதைதான் அது. வாசிப்பதற்கு பாரதியின் பிரபலமான கவிதைகள் போல இருக்காது. வீழ்வேன் என நினைத்தாயோ போன்ற சவடால்கள், எதுகை மோனை, மந்திரம் போல ஒலிக்கும் தமிழ் வார்த்தைகள் என எதுவும் இந்தக் கவிதையில் இல்லை. இந்தக் கவிதையை வாசிப்பவர்கள் பலரால் இதை எழுதியவர் பாரதி என கண்டுபிடிக்க முடியாது. என் மகள் இமயாவின் பாடப்புத்தகத்தில் இந்தக் கவிதை உள்ளது. சாரு நிவேதிதாவுக்கு எப்படி முன்னுரை ஆரம்பிக்கலாம் என யோசித்துக்கொண்டு அமர்ந்திருந்த போது இமயா இந்தக் கவிதையைக் காட்டி சந்தேகம் கேட்டாள். பாரதியாரே இமயா மூலம் கொடுத்தனுப்பியிருப்பதாக நினைத்துக்கொண்டு அதை வைத்தே முன்னுரை எழுத ஆரம்பித்து விட்டேன். அதுக்கு என்னா இப்போ என்கிறீர்களா? இந்தக் கவிதைத் தொகுப்பு உங்களுக்கானது அல்ல!

- அராத்து

ஸ்மாஷன் தாரா: தற்கண நிழல்கள்

சில விஷயங்கள் யதார்த்தம் என்னும் சுழல் கதவைச் சுற்றிக்கொண்டே இருப்பதால் நிகழ்ந்து விடுகின்றன. சாரு நிவேதிதா எழுதிய கவிதைகளைத் தொகுத்து ஸ்மாஷன் தாரா என்ற தலைப்பில் நூலாக்கம் செய்யப்படுவதாக காயத்ரி சொன்னபோது அதைப் படிக்கவேண்டுமே என்கிற ஆவலில் மனம் பரபரத்தது. அப்படியா என்றேன். அந்த அப்படியா என்பது வெறுமனே அதன் அர்த்தத்தோடு நின்றுகொள்வதல்ல. நீங்கள் அதனை ஒரு பார்வை பார்க்கிறீர்களா எனக் கேட்டார் காயத்ரி. அப்படிக் கேட்டதும் நிசமாகவே மகிழ்ந்து போனேன். ஒருவகையில் முன் சொன்ன அப்படியா எனும் சொல்லின் நீட்சியாகவே அந்த மகிழ்ச்சி அமைந்திருக்கக் கூடும். மகிழ்ச்சியோடு ஒப்புக்கொண்டேன். இந்தக் கவிதைத் தொகுதியை முதன் முதலாக வாசிக்கக் கிடைத்தவர்களுள் நானும் ஒருவன்.

சாரு சொற்களைக் கையாள்வதில் சமர்த்தர் என்பது சொல்லித் தெரிய வேண்டியதில்லை. என் ஆச்சர்யங்கள் எழுத்தாளர் சாருவைப் புகழ்வதல்ல. அதைத் தவிர்த்துச் சொல்வதற்கு வேறு பல விஷயங்கள் இருப்பதையே சுட்ட விருப்பம்.

கவிதை எனும் மகாசன்னிதியின் முன் நிற்கும் போது அதற்குண்டான ஆகம-விதி-முறைகளைப் பின்பற்றி மனசும் உடம்பும் நேர்புள்ளியில் நிறுத்தித் தன்னால் ஆன மட்டிலும் கவிதையை விஸ்வசித்து விடுவதைக் குன்றா மன ஒழுங்கோடு செய்திட விழைந்திருக்கும் சாரு நிவேதிதா எனும் புதிய கவிஞனின் மனமொழிதான் முதல் ஆச்சரியம். தான் செய்வது என்னவென்று அறியாத ப்ளா ப்ளாவுக்கெல்லாம் எப்போதுமே வேலையே இல்லை சாருவினிடத்தில். ஒன்று தெரிந்து புரிந்து அறிந்து அதுவே தானாய்த் தானே அதுவுமாய் மூழ்கி முத்தெடுப்பது நிகழும். இல்லாவிட்டால் ஸாரி...எனக்கும் இதற்கும் ஆகப் பொருந்தவில்லை என்று உதிரும் இலைக்கும் கிளைக்குமான அதே வலியற்ற பரியந்தத்தோடு விலகி விடுவது தான் அவருடைய வழக்கம். சாரு இந்தத் தொகுப்பை ஒரு புதிய எழுத்துக்காரனின் அதே மனத் திறப்போடு அணுகி இருப்பது பல கவிதைகளினூடாகப் புரிய நேர்கிறது.

ஆதித்தாயின் முதல் கதை உள்ளிட்ட நெடிய கவிதைகளாகட்டும், இரண்டே வரிகளில் நிறைந்து ததும்புகின்ற சின்னஞ்சிறு கவிதைகளாகட்டும், சாரு இந்தத் தொகுதியில் கவிதையின் பலவகை வாசல்களைத் திறந்து பார்க்க முனைந்திருக்கிறார் என்றுதான் சொல்ல வேண்டும். அடுத்து வரவிருக்கும் அரை நூற்றாண்டு காலம் குறுங்கதைகளும் சின்னஞ்சிறு மற்றும்

குறுங்கவிதைகளும்தான் மொழிகளை ஆளப்போகின்றன என்று கடுமையாக நம்புகிறவன் நான். அதைக் குறித்துப் பல இடங்களில் எழுதியிருக்கிறேன். என் வாதத்துக்கு வலு சேர்க்கும் வண்ணம் சாரு போன்ற தீவிரமாய்ப் பல ஆண்டுகளாக எழுதி வருபவரும் அதனை மெய்ப்பிக்கும் வண்ணம் தன் கவிதைகளை எழுதுவதைக் காண்கையில் பரவசமாய் அதிர்கிறேன். *Welcome to the world of short and sweet poems, Charu* என்று அன்போடு முகமன் கூறுகிறேன்.

என்னளவில் இது 'ஒரு அல்லது முதல் தொகுதி' அல்ல. சாரு இதில் கனி பல கலந்து பிழிந்த கவிச்சாற்றினை மதுவாக்கிப் பார்த்திருக்கிறார். வெவ்வேறு கவியுட்பொருட்கள் கூறல்முறைகள் வரியிடை மௌனங்கள், மொழிச்சுழல் ஒன்றை மற்றொன்றாக்கி அயரடித்தல் எனப் பல வித்தகங்களை சாத்தியப்படுத்துகிறார். தனக்குப் பிடித்தமான பாடலின் மெட்டுக்குத் தன் சொந்த வார்த்தைகளை சீழ்க்கையும் சொல்லுமாய்க் கலந்தடித்துத் தன் தனிமையெங்கும் நிரப்பிப் பார்க்கிற பாவல நர்த்தனமாகவே இந்த ஸ்மாஷன் தாராவைப் பார்க்கிறேன். இதில் சாரு தொட்டுச் செல்லும் தடங்கள் நேர்வழிச் சாலைகள் அல்ல. மழையின் ஒழுங்கற்ற தாரைகளின் ஒழுங்கெனவே பெருக்கெடுக்கும் கவிதைகள்.

அரிவை நெடுங்கண் சுழல்கின்ற
அசைவத்தனையும் இயல்பே காண்

இந்த வரியை எப்படிக் கடப்பது..? இதை எழுதியவர் மகாகவி பர்த்ருஹரி. அறுபதுகளில் மகாகவி பர்த்ருஹரியின் ஸ்ருங்கார சதகம், திருச்சி கலைப்பண்ணை

வெளியீடாகச் சின்னஞ்சிறிய கைக்கடக்கமான கவிநூல் ஒன்று வந்தது. வடமொழியில் பர்த்ருஹரி எழுதியவற்றைத் தமிழ்ப்படுத்தியவர் கவிக்கடல் அரங்க சீனிவாசன். ஒவ்வொரு கவிதையையும் தமிழில் எழுதியதோடு நில்லாமல் அதற்கான விளக்கத்தையும் அதே பக்கங்களில் இடம்பெறச் செய்திருந்தனர். பர்த்ருஹரியின் கவிமனத் தேட்டத்தை, எப்போதும் ஆர்ப்பரிக்கும் தீராக்காதலின் உள்மன அழுத்தத்தை, ஆசையின் நேர்த்தன்மையுடனான வெளிச்சொல்லலை, இன்ன பிற வதங்கலை எல்லாம் உறுதியோடு வெளிச்சொன்னவை அக்கவிதைகள்.

காலந்தாண்டியும் சாகாமல் நிரந்தரிக்கிற வல்லமை கவிதைக்கு உண்டல்லவா..? அப்படிப் பார்க்கையில் பர்த்ருஹரியின் கவிதைகளை எங்ஙனம் அவர் காலத்தோடு சேர்த்துப் புரிந்து கொள்ள முயலுகிற அதே நேரம் அதே கவிதைகளின் தற்கண நிழல்களையும் நம்மால் அவதானிக்க முடிகிறதோ, அதே வல்லமையோடு இன்னும் பன்னெடுங்காலம் கழித்தும் நின்று நிலைத்துப் பேசப்படுவதற்கான சகல சாத்தியங்களையும் கொண்டிருப்பவை சாரு நிவேதிதாவின் ஸ்மாஷன் தாரா கவிதைகள். தன் மனத்தின் குரலைப் பதிவு செய்வதை ஒரு ஓங்கிய குரலாக்கி ஒலிப்பதன் மூலம் வேறொரு சில பலரின் வெவ்வேறு காலத்தின் குரல்களை அதற்கான எதிரொலிகளாக மாற்றிப் பார்த்த வகையில் இந்தக் கவிதைகள் மிக முக்கியத்துவம் வாய்ந்தவையாகின்றன.

எழும்போதே பெரிதென்றெழுக என்பது பொற்றொடர். யாவர்க்குமான சாத்தியப்பாடு இதற்கில்லை. தோன்றின் புகழொடு தோன்றுக என்பது மனிதர்க்கு மட்டுமான சொல்லாடல் அன்று. அது ஒட்டு மொத்த ப்ரபஞ்சத்துக்கும் ஒட்டியொலிக்கத் தக்க ஒன்றுதான்.

அந்த வகையில் ஸ்மாஷன் தாரா கவிதைத் தொகுதி புகழொடு தோன்றிப் பெருங்காலத் தேர்வலம் கொள்ளும் என்பதில் இரண்டாம் கருத்துக்கு இடமே இல்லை. நிறைந்தெழுக சாரு. மென்மேலும் கவி செய்க என்று வாழ்த்துகிறேன்.

வாழ்தல் இனிது.

அன்போடு
ஆத்மார்த்தி
17.02.2022

ஒன்பதாம் திசையின் எல்லைகளில்...

ஒரு பிரபஞ்சத்திற்கும் இன்னொரு பிரபஞ்சத்திற்குமான சம்பாஷணை மீ - ஒலிகளால் ஆன, மனிதப் புலன்களுக்கு எட்டாத ஒரு மொழியாக இருக்கக்கூடும். ஒரு *galaxy* அதனுடைய உயிருள்ள கிரகங்கள், உயிரற்ற கிரகங்கள், அதன் துணைக் கோள்கள் யாவும் சமிக்ஞைகள் ஆக மாறும்பொழுது இன்னொரு பிரபஞ்சம் இதற்கான பதிலிகளை பரிமாற்றம் செய்யும் ஒளி மற்றும் இருள் நிகழ்த்தும் ஜாலம், பருவங்கள் உருவாகும் மௌனமான சிருஷ்டித் தன்மையை கவிதை என்று நான் கருதுகிறேன். ஆக, ஒரு மனிதன் தான் வாழும் காலத்தின் மனித இயல்புகளையும், நிரல்களையும், குரூரங்களையும், மொழியின் பிரக்ஞையையும், அது இல்லாத நிலையையும் எழுத்து உருவாக மாற்றும்பொழுது அது ரகசியங்களில் இருந்து விடுபட்டு கவித்துவம் அடைகிறது. இரண்டு உயிர்களுக்கு இடையேயான பிணைப்பு, அவற்றின் அன்பு, காதல் இன்னபிற உறவுகள் அடையும் பரவசம், பரிதவிப்பு,

இன்னபிற உறவுச் சிக்கல்களை மொழிப்படுத்தும் பொழுது அது கவிதையாகவும் எழுத்தாகவும் பத்தி எழுத்தாகவும் மாறுகிறது. இவற்றில் ஒரு கனவு நிலையை கற்பனையின் உச்சத்தை அடைந்தவர் சாரு நிவேதிதா.

அவர் மிக நீண்ட காலத்திற்குப் பிறகு உலகளாவிய புனைவு மொழியைப் புரிந்து கொண்டதன் சாட்சியாக இயல்பூக்கம் மிக்க நடையில் சில இடங்களில் நனவோடை உத்தியுடன் எழுதிப் பார்த்து இருப்பவை இந்தக் கவிதைகள். நான் இந்தப் பகுப்புரையில் யாரையும் மேற்கோள் காட்டப் போவதில்லை. உலகின் மிகச் சிறந்த என்று அழைக்கப்படக்கூடிய எந்தக் கவிஞனும் தன் அளவில் அவன் பெருவிரல் ரேகைக்கேற்ற மாதிரி தனது கவிதையை எழுதிப் பார்த்திருக்கிறான். ஒரு மனிதன் தன் காதலை சொல்லும்பொழுது, தன் கனவைச் சொல்லும்பொழுது, அனிச்சையின் ருசியைப் பருகத் தரும்பொழுது, உன்னதத்தின் எல்லையை விரிவாக்கும் பொழுது அடைகின்ற உச்சங்கள்தான் இங்கே கவிதைகளாக தொழிற்பட்டிருக்கின்றன.

இங்கே மொழி ருசி என்பதைத் தாண்டி இது தரும் பேதமை ஒரு கவிஞன் தான் வாழ்ந்த காலத்தில் வாசித்த புத்தகங்களின் மூலமாக அடைகிற மேதமையைக் கடந்து தன் பேதமையை மொழிவழி கட்டமைத்துக் கொள்வதில் அல்லது, அதன் இயல்பில் இயங்க விடுவதில்தான் வெற்றி பெறுகிறான். ஒரு கவிஞன் தன் மனம் பழுத்து இழப்புணர்வைத் தாண்டி புனைவெழுச்சியைத் தாண்டி புலன்களின் அதீதங்களில், கனவின் உச்சஸ்தாயிகளில் உருவாகும் கவித்துவத் தருணங்களை எழுதிப்பார்த்திருக்கிறார் சாரு நிவேதிதா.

இந்தக் கவிதைகளின் பிரிவுகளில் நிகழ்வது ஒரு கிரகண நிகழ்வு, ஒரு ஒளிச்சிதறல். இன்னொரு கவிதையில் ஒரு ஒளிச்சேர்க்கை. காற்றில் சட்டென்று பரவும் வாசனை. கனவில் தோன்றும் ஒளிவிலகல். நீரில் மிதந்து வரும் காட்டுப்பூ. பெருங்காற்றில் உதிரும் மகரந்தம். கடலில் சட்டென்று ஒரு இடி இடற உருவாகும் நன்னீர் ஊற்று. அது இந்தப் பெரிய வாழ்வின் கரிப்பை, பெரிய கடலின் நிறத்தை நீர்த்துப் போகச் செய்கிறது. கடலை இன்னும் இளக்குகிறது. வாழ்வில் இன்னும் ஒரு துளி அன்பு சேர்த்து ஆலகால விஷத்தை செரிக்க வழிவகை செய்கிறது. ரத்த சோகை உடைய காற்றுக்கு இன்னும் கொஞ்சம் உயிரோட்டம் பெருக்குகிறது. ஒருபோதும் நினைவுக்கும் கனவுக்கும் இடையில் எதார்த்தம் கொன்று எழுத வாய்த்த கவிதைகளும் இங்கே தத்தம் இயல்புகளோடு உறங்குகின்றன. கவித்துவத்தின் உச்சத்திற்கும் கனவுக்கும் நாம் நேர்க்கோடு வரைய இயலாது. கவிதை, நீரில் நெளியும் பாம்பு. முன் நதியில் இறங்கும் மின்னல். அது தரும் அதிர்வு. அது தரும் வெளிச்சம். அக்காட்சி. இவை யாவும் சொற்களாக மாறும்பொழுது உருவாகும் உன்னதம். இதை மொழி வழி வடித்த சாரு நிவேதிதாவுக்கு வாழ்த்துகள். இந்தக் கவிதைகள் ஒன்பதாம் திசையின் எல்லைகளில் எதிரொலிக்கட்டும்...

- நேசமித்ரன்

ஆதித்தாயின் முதல் கதை

மாற்றுருவின் வெளியாக மாறிய பெண்ணின் உடல்
தானே பின்னிய புதிர்வெளிப் பாதையில் சிக்குண்டு
கிடக்கும் சிலந்தி
இருட்குகையில் ஆதிச் சித்திரமெனப் பதிந்து
கிடக்கும் மான்
எண்ணற்ற ரகசியங்களையும் மர்மங்களையும்
கொண்டிருந்தது அந்த வனம்
கண்ணுக்குப் புலப்படாத
அருவியின் ஒலி
இதோ அருகில் கேட்கிறது
காணா தூரத்திலிருந்து பளிச்சிடுகின்றன
விலங்கின் கண்கள்
வானிலிருந்து நிலம் நோக்கிப் பாய்ந்து
கொண்டிருக்கும் விருட்சம்
ஆயிரக்கணக்கில் உடைந்து சிதறிய ஆகாயம்
சர்ப்பங்களின் கலவிப் பிழம்புகள்

வாயுத் துகள் உருடையுள் செல்லும் காலடித்
தடங்கள்
ஒருவரையொருவர் கொன்று தின்னும் கதை
சொல்லும் வரலாற்றின் முற்றுப் பெறாத சுவடிகள்
பாழ்வெளியில் தனது விரல்களால் காற்றை
இசைத்துக் கொண்டிருக்கும் எருமைத்தலை
தொன்மன்
சிலுவையைச் சுமந்து அலையும் கறுப்பு அடிமை
கற்பாறைகளைப் புணரும் கடல்கன்னிகள்
ஜனன உறுப்புகளை அறுத்தும் கிழித்தும் எறியும்
பாதிரிகளும் கன்னிகாஸ்த்ரீகளும்
மொக்கு அவிழ்த்து நட்சத்திரங்களைப் பரப்பும்
மலர்ப் பக்கங்கள்
குருதி துளிர்க்கும் சிறுமியின் கழுத்து
ஆயிரம் பெண்களின் குருதி வீச்சம் கொண்ட
அரண்மனைத் தடாகங்கள்
கோழியைப் புணரும் இளைஞன்
தனது தாயின் ஜனன உறுப்பை ஊசியால் தைத்துக்
கொண்டிருக்கும் பெண்
அலையலையாய் சுருள்கிறது கதைசொல்லியின்
சொல்வளையம்
நட்சத்திர வெளியில் மிதக்கும் துப்பாக்கி
துப்பாக்கிக் குழல் வழியே ஒழுகும் விந்து
நிணம் உருகி வழியும் சொற்சிதைவுகள்
சமுத்திரத்தின் ஆழத்தில் இணை கேவி அலையும்
துறவி
பனிமலையில் பதிந்த காலடித்தடங்கள்
ஆயுதங்களைப் புணர மறுத்தவனின் உடல்
சொற்களாய் சிதைவுறுகிறது
கருந்துளைக் கணத்தை கவிதையில் முயன்று

தற்கொலை செய்து கொள்ளும்
கவி
யுகத்தின் பாடலை கிதாரில் இசைத்துக்
கொண்டிருப்பவன் கவியின் நண்பன்
சாக்கடையில் விழுந்து கிடக்கிறது கடவுளின் முற்றுப்
பெறாத கவிதை
வானத்தைத் தொடும் கட்டிடங்கள்
கண்ணுக்கெட்டிய தூரம் வரை சிதைந்து கிடக்க
ஆயிரமாயிரம் பெண்களின் வயலின் இழைவுகள்
முன்பின் பக்கங்கள் இல்லாத காலச்சுவடியிலிருந்து
பாடலை இசைக்கிறான் கவிக்குள்ளன்
சிலுவையால் சுயமைதுனம் செய்து கொண்டிருக்கும்
பதுமை
மூங்கிலால் ஹராகிரி செய்கின்ற வீரன்
இறுதிப் பேரழிவின் வெறுமையை முதல்
வேட்டையில் தேடி துக்கமடையும் போராளி
நியாயவாதியின் எல்லையற்ற தனிமை
தன் நூறாயிரம் பிம்பங்களைக் கண்டு போதம்
இழக்கிறாள்
தன் குழந்தைகளைக் கொன்று வீழ்த்திக்
கொண்டிருக்கும் தாய்

தனது முதல் கதையை இப்படியாகச் சொல்லத்
துவங்குகிறாள் ஆதித்தாய்

1999

பலரும்
தத்துவம் பற்றிப் பேசினார்கள்
கவிதை பற்றியும்
வாழ்க்கை பற்றியும்
இன்னும் என்னென்னவோ
பற்றியும்
நான்
அவளுடைய
நகப்பூச்சின் நிறத்தின் பெயர் என்ன
என்று
யோசித்துக் கொண்டிருந்தேன்.

21.12.2014.

9:38 p.m.

மழையின் நூற்றாண்டு உறக்கத்தைக் கலைத்தல்

1

மழை
மழை
மழை
வானிலிருந்து அல்ல
நரகத்திலிருந்து வருகிறேன்
என சொல்லிக் கொண்டு வந்தது
மழை

தேவாலய மணி ஒலித்துக் கொண்டே இருந்தது
உனக்கு மரணத்தைக் கொண்டு வந்திருக்கிறேன்
என்றபடி
முடிவின்றிப் பொழிந்து கொண்டிருந்த
மழையின் முன்னே மண்டியிடுகிறான்
ஒருவன்

கொஞ்ச நேரத்தில்
கணுக்கால் அளவு
முழங்கால் அளவு
தொடை அளவு
இடுப்பளவு ஏறியதும் மனிதர்கள்
மொட்டை மாடி ஏறினார்கள்

வானில் றெக்கை முளைத்த உலோகக் கூண்டுகள் பறக்கின்றன
உணவுப் பொட்டலங்களுக்காகக் கையேந்தி
ஓடிக் கொண்டிருக்கிறது மனிதக் கூட்டம்
தேசத் தலைவர் வெள்ளச் சீரழிவைப் பார்வையிடுகிறார்
மாநிலத் தலைவரும் வெள்ளச் சீரழிவைப் பார்வையிடுகிறார்
பிளாஸ்டிக் டப்பாக்களில் பச்சிளங்குழந்தைகளை
வைத்துக் கொண்டு நீந்திக் கொண்டிருக்கிறது
மனிதக் கூட்டம்
மழையோ பொழிந்து கொண்டிருந்தது
நூற்றாண்டு உறக்கத்திலிருந்து
விழித்து
எழுந்து

2

காற்று இல்லை
இடியும் மின்னலுமில்லை
மழைமட்டும்
பொழிந்துகொண்டிருந்தது
சீரான
அமைதியான ஒரு தியானத்தைப் போல
எண்ணிலடங்கா நீர்த்தூண்களாக
இரவெல்லாம்
பகலெல்லாமும்
காலையும் மாலையும் விடாமல்
விடாமல்
விடாமல்
பொழிந்துகொண்டேயிருக்கிறது
நூற்றாண்டு உறக்கத்திலிருந்து
விழித்து
எழுந்து

3

மரங்களை
வாகனங்களை
குடிசைகளை
மிருகங்களையும்
தன்னோடு
இழுத்துக் கொண்டு செல்கிறது
அணைமழையிலிருந்து
கிளம்பிய வெள்ளம்
அப்போதும்
மழை பொழிந்து கொண்டிருந்தது
நூற்றாண்டு உறக்கத்திலிருந்து
விழித்து
எழுந்து

4

வீட்டில் தயாரித்த
உணவுப் பொட்டலங்களைச்
சுமந்து செல்கிறது
ஒரு
மனிதாபிமான மோட்டார் வாகனம்
வழிபாட்டுத் தலத்தின் வாயிலில்
எதிரே வந்த போதை
மனிதாபிமானத்தின் மேல் இடித்துத் தள்ள
மனிதாபி
மானத்தின் முகம் கிழிந்து
ரத்தம்
பார்த்தது கனபேர்
காவல்துறை வந்தது
சாட்சி சொல்ல யாருமில்லை
இஷ்டப்பட்ட கடவுளுக்கு
எழுந்து வரும் பாக்கியமில்லை
மண்ணின் மைந்தர்களிடம்
முகத்தைக் கிழியக் கொடுக்கும்
வீரமில்லா
நானெடுத்தேன் ஓட்டம்
மழை பொழிந்து கொண்டிருந்தது
நூற்றாண்டு உறக்கத்திலிருந்து
விழித்து
எழுந்து

5

ராமகிருஷ்ண மடத்துக்காரர்கள்
எங்கள் பிராந்தியத்துக்கு வந்து
ரொட்டி கொடுத்தார்கள்
நொச்சிக்குப்பம் கடற்கரையில்
பழந்துணியாய் ஒதுங்கிக் கிடக்கிறது
மூன்று மாதக் குழந்தையொன்று
மழை பொழிந்து கொண்டிருந்தது
மடத்துக்காரர்கள்
கொடுத்த ரொட்டியை
என்ன செய்தாய்
என்றேன்
நாய்களுக்குக் கொடுத்து விட்டேன்
என்றாள்
நாய்கள் பாவம்
உண்ண உணவில்லை
தங்க இடமில்லை
மழை பொழிந்து கொண்டிருந்தது
நூற்றாண்டு உறக்கத்திலிருந்து
விழித்து
எழுந்து

6

தனியார் மருத்துவமனையில்
மின்சாரமில்லாததால்
சுவாசிக்க வழியின்றி
நோயாளிகள்
இறந்து போனார்கள்

மழை பொழிந்து கொண்டிருந்தது
நூற்றாண்டு உறக்கத்திலிருந்து
விழித்து
எழுந்து

7

‘சென்னை நகரம்
கங்கையில் மிதக்கும் பிரேதமென
மிதக்கிறது…’
மழையின் மறுபெயர் துயரம்
எனக் கழிந்த இளம்பிராயத்தால்
வாழ்நாளில் மழைக்கவிதை
எழுத மாட்டேனென
சூளுரைத்திருந்தவன்
தன்
முதலாவது மழைக்கவிதையை
எழுத ஆரம்பித்தான்
மழை பொழிந்து கொண்டிருந்தது
நூற்றாண்டு உறக்கத்திலிருந்து
விழித்து
எழுந்து

நான் மரணம்

நான் நேசிக்கவில்லை
நான் வெறுக்கவும் இல்லை
கொலை
என் தொழில்
என் இயல்பு
நான் மரணம்

நான் காற்று
நான் நெருப்பு
நான் மழை
நான் மரணம்
என்னைக் கண்டதும்
மண்டியிடுகிறான்
மனிதன்
மன்றாடுகிறான்
கண்ணீர் விடுகிறான்
கதறுகிறான்
மூர்ச்சை அடைகிறான்
பயம்
காமம்
கண்ணீர்
காதல்
வெட்கம்
கோபம்
இன்பம்
துன்பம்

கொண்டாட்டம்
துக்கம்

விருப்பு
வெறுப்பு

எதுவுமில்லை எனக்கு
ரூபமில்லை
அரூபமுமில்லை

அண்ட சராசரங்களும்
நிலவும்
நட்சத்திரங்களும்
மரணம்
தின்ன
வழங்குகிறேன்

நான் மரணம்
கொலை என் தொழில்

(டாக்டர் ஸ்ரீராமுக்கு...)

பாவியின் வாக்குமூலம்

குழந்தைகளை
வன்கலவி
செய்திருக்கிறேன்
சோற்றில் விஷம்
கலந்திருக்கிறேன்
நண்பனின் மனைவியை
போகித்திருக்கிறேன்
பெற்ற அன்னையை
மோகித்திருக்கிறேன்
நான் பாவி

ஆனாலும்
ஆனாலும்
ஆனாலும்
இந்த உலகில்
வாழ எனக்கு
உரிமையிருக்கிறதில்லையா?

(அன்பின் மொத்த உருவமான மதுரை அருணாசலத்துக்கு...)

மழை, நான் மரணம், பாவியின் வாக்குமூலம் மூன்று கவிதைகளும் கவிதை எழுதுவதை நிறுத்தி சுமார் இருபது ஆண்டுகளுக்குப் பிறகு டிசம்பர் 5, 2015 அன்று (சனிக்கிழமை) காலை ஆறு மணிக்கு எழுதியவை.

எழுத்தாளனின் மரணம்

இருபத்தைந்தா முப்பத்தைந்தா
ஞாபகம் இல்லை
ஆனால் சொன்னது
நிஜம்தான்
"எழுத்தாளன் இறந்து விட்டான்"

'கோட்பாடே கெட்ட வார்த்தை
அனுபவம் சொன்னது
அனுபூதி எழுதுகிறது'
என நினைத்துப் பழகியிருந்த
எழுத்தாளர் கூட்டம் கிலி பிடித்து நடுங்கியது
உயிரோடு இருப்பவனை
செத்ததாகச் சொல்லும்
கோட்பாட்டாளனை ஒழித்துக் கட்டு
என்றது பீடம்

நான் உயிரோடுதானே இருக்கிறேன்
என்னைப் போய் செத்ததாகச் சொல்கிறாயே நியாயமா
எனக் கேட்டுத்
தேம்பி அழுதான் ஒரு இளம் எழுத்தாளன்
தாடி வைத்த கவிஞனோ கோட்பாட்டாளனிடம்
இப்படி ஒரு கேள்வியைப் போட்டான்
'டேய் நான் இங்கதான்டா
உயிரோடு இருக்கேன்
நம்ப முடியவில்லையா
கேள்
நேற்று இரவு குடித்த ஓல்ட் மாங்க்கும்

'தொட்டுக் கொள்ள வைத்த சிக்கன் துண்டங்களும்
சற்று முன்னர்தான் ஏப்பமாக வந்தது
ஹேங்கோவரில் தலையும் வலிக்கிறது
நான் எப்படி இறந்து விட்டேன் என்கிறாய்'
கோட்பாட்டாளனுக்கு
சிரிப்பதா அழுவதா
என்று தெரியவில்லை
தந்தக் கோபுரத்தின் மீது
அமர்ந்தபடி
மானுட குலத்துக்காகச் சிந்திக்கக்
கடவுளால் அனுப்பப்பட்ட
எழுத்தாளனிடம் கோட்பாட்டாளன் சொன்னான்
"பிரதியைத் திற
வாசகியை அனுமதி
உயிர்த்துக் கொள்வாய்"

"நான் சிந்தித்தேன்
நான் எழுதினேன்
வாசி
வாசிக்காமல் போ
அது உன் தலைவிதி
ஆனால்
என்னால் பிரதியைத் திறக்க முடியாது
தரிசனங்கள் பங்கு போடுவதற்கல்ல"
என்ற எழுத்தாளனிடம்
கோட்பாட்டாளன் சொன்னான்:

ஆண்குறிகள் பரிதாபத்திற்குரியவை
குறை ஆயுள் கொண்டவை
தட்டையானவை

நீர்மையற்றவை
இதயமற்றவை
அதனாலேயே
கற்பனைத் திறனற்றவை
விரல் நாக்கு எனும் பலஹீனர்களை
மெய்க்காப்பாளர்களாய்க் கொண்டவை
ஆனால்
யோனிகளோ
எல்லையற்ற கற்பனைத் திறனும்
ஈரப்பதமும் கொண்டவை
மரணமற்றவை
ஜனனமும் அற்றவை
கூடு விட்டுக் கூடு பாயும் வித்தை தெரிந்தவை
மாந்த்ரீகம் தாந்த்ரீகம் அறிந்தவை
யோனியின் மறுபெயர் நுதல்
யோனியின் மறுபெயர் புருவம்
யோனியின் மறுபெயர் கன்னக்கதுப்பு
யோனியின் மறுபெயர் உதடு
யோனியின் மறுபெயர் நாக்கு
யோனியின் மறுபெயர் இமைப்பீலி
யோனியின் மறுபெயர் கூந்தல்
யோனியின் மறுபெயர் செவிமடல்
யோனியின் மறுபெயர் பின்னங்கழுத்து
யோனியின் மறுபெயர் முலை
யோனியின் மறுபெயர் முலைக்காம்பு
யோனியின் மறுபெயர் நாபி
யோனியின் மறுபெயர் விரல்
யோனியின் மறுபெயர் முதுகு

யோனியின் மறுபெயர் பிருஷ்டம்
யோனியின் மறுபெயர் பாதம்
ஆண்குறி ஒரு முக்கோணம்
எவ்வளவு வரைந்தாலும்
திரும்பத் திரும்ப
புறப்பட்ட இடத்துக்கே
வந்து சேரும் சாபம் சுமப்பவை
யோனியோ ஒரு சுருள்கோடு
புதிர்வட்டப் பாதை
ஆரம்பம் முடிவு இல்லாத
காமப் பெருவெளி
எழுத்தாளன் இறந்து விட்டான்
எனக் கேட்டு
இருபத்தைந்து வருடமாய்த்
தேம்பி அழும் எழுத்தாளனே கேள்:

உனக்கு மரணமிலாப் பெருவாழ்வு
வேண்டுமானால்
உன் ஆண்குறியை அறுத்தெறி
யோனியாய் மாறு

26.3.2017.
மதியம் 1:15

(26.3.2017 அன்று மதியம் 12:15க்கு வெளியான மனுஷ்ய புத்திரனின் எழுத்தாளனின் மரணம் என்ற கவிதையைப் படித்த உடனேயே எழுத ஆரம்பித்து 1:15க்கு முடித்த கவிதை)

மாட்டுக் கறி
தின்பது
பாபம்
இனி
மனிதக் கறி
தின்றுப் பழகு

6.9.2017.
9:14 a.m.

வனமோகினி-1

வேட்டை கிடைக்குமென்று
பசியோடு
காத்திருக்கும் போதெல்லாம்
அவளைப் பார்க்கிறேன்
யாருமற்ற இந்த வனத்தில்
யாரோ கட்டிய
இந்தக் கோவிலில்
யாருக்காக
தினந்தோறும்
தீபமேற்றுகிறாள்
இன்று
அவள் காதணிகளில்
ஏதோவொரு ஆபரணம்
அடுத்த ஜென்மத்திலாவது
மனிதப்பிறப்பெடுக்க
வேண்டும்

14.9.2017.
9.13 a.m.

வனமோகினி – 2

இரைக்காகக் காத்திருக்கும்
பசித்த என் கண்களை
நேருக்கு நேராய்ப் பார்த்தும்
அச்சமின்றிக்
கடந்து செல்லும்
வனமோகினியே
நீ யார்
உன்னோடு கொஞ்சம்
பேச வேண்டும்
இங்குவா
என் பக்கத்தில்
வந்து
அமர்
உனக்குத்தான்
அச்சமில்லையே
மிருகத்திடம்
என்ன பேசுவது
என்று எண்ணுகிறாயா
எனக்கு உன்னைப் பற்றித்
தெரிந்து கொள்ள வேண்டும்
நீ யார்
ஏன் இந்தக் கோவிலுக்குத்
தினந்தோறும்
வந்து
தீபமாகிறாய்
உனக்குக் காதலன்
யாருமுண்டோ

இருப்பான்
இத்தனை அழகிய யுவதிக்குக்
காதலனா
இருக்க மாட்டான்
எனக்கும் ஒரு காதலி
இருக்கிறாள்
வனமோகினி
காதல் கதைகளை விடு
வேறெதுவும் பேசுவோம்
ஆமாம்
உன் பெயர் என்ன
மனிதர்களுக்குப் பெயர் உண்டாமே
பெயர் ஒரு சுமை இல்லையா
என்று உன்னைக் கேட்க வேண்டும்
ஏராளம் கேள்விகள்
கேட்க உண்டு
அமர்ந்து பேசி விட்டுத்தான்
போயேன்
வனமோக
நீ

14.9.2017.
10.59 a.m.

தளிர்

வனவாசம் முடிந்து
நகரம் ஏகினேன்
நகரத்து மாந்தரெல்லாம்
கொஞ்சம் ஆசுவாசம்
அடைந்தது போல்
இருந்தார்கள்
சதுக்கத்தில் ஒரு கயிற்றுக்கு
மாலையிடப்பட்டிருந்தது
பக்கத்திலேயே பல மாலைகள்
வாடிக் கசங்கிக்
கிடக்கக் கண்டேன்
எல்லாம்
'அந்தக் கயிற்றுக்குச்
சூடப்பட்ட மாலைகள்'
என்றான்
குப்பைகளைக்
கவர்ந்துகொண்டிருந்த
சிறுவன்
அவனும் கொஞ்சம்
அப்பாலே போனபின்னால்
கயிற்றை எடுத்து
முகர்ந்து பார்த்தேன்
ஒரு
இளம் உயிரின்
மணம்
அதில் இன்னும்
மிச்சமிருந்தது

14.9.2017.
11.09 a.m.

"வெறி ஸிம்ப்பில் மை லன்"

மைலாப்பூர் நாகேஸ்வர ராவ் பூங்காவின்
அருகிலொரு
குறுக்குச் சந்து
அதில்தான்
வசிக்கிறார் கடவுள்
முன்பெல்லாம் கவிதை எழுதிக் கொண்டிருந்தவர்
அதை நிறுத்தி விட்டு
அரசியலில் குதித்து விட்டார்
இப்போது அவர் இல்லத்தில்
அவர் இல்லை
அரசியல்வாதியென்றால்
ஊர் சுற்ற வேண்டாமா
போனால் போன இடம்
வந்தால் வந்த இடம்
அவரிடம் எனக்கு ஒரு
சந்தேகம் கேட்க வேண்டுமெனப்
பலமுறை தேடியும்
அகப்படவில்லை
கடவுளின் காதலியிடம்
அவர் வந்தால்
ரகசியத் தகவல்
அனுப்பச் சொல்லி
என் வாட்ஸப் எண்ணைக்
கொடுத்து வந்தேன்
தகவல் வந்தது
ஓடோடிப் போனேன்
கடவுள் சிக்கன் சிக்ஸ்டி ஃபைவைக்

கடித்தபடி
தொலைக்காட்சி பார்த்துக்
கொண்டிருந்தார்
பக்கத்தில் அப்ஸலூட் வோட்கா
தொலைக்காட்சியில்
இன்னொரு கடவுள்
நதிகளை இணைத்தால்
துயரம் தீருமெனச் சொல்லி
எப்படி இணைப்பதென்றும்
விளக்கினார்
“வெறி ஸிம்ப்பிள் மை ஸன்
அறுபது கோடிப் பேர்
மோடிக்கு அனுப்ப வேண்டுமொரு
குறுஞ்செய்தி
அவ்வளவுதான்”
அவ்வளவுதானா கடவுள் என்றேன்
வர்ச்சுவல் ரியாலிட்டி
தெரியாதா உனக்கு என்று
மந்தகாசமாகச்
சிரித்தவர்
உனக்கென்ன பிரச்சினை என்றார்
சொன்னேன்
இதுவரை மூன்று பெண்களிடம்
உன்னைப் போல் கண்டதில்லை ஒரு
பேரழகியை என்றிருக்கிறேன்
சலித்த குரலில்
கிடைத்த பதில்,
இதுவரை முன்னூறு
பேர் சொல்லியாயிற்று
யாரும் அழகியெனக் கேட்டிராத

ஓரழகியைச் சந்திக்க வேண்டும்
இல்லாத ஊருக்குப்
போகாத வழியைத் தேடுகிறாயா
என்றவாறே சொன்னார்
நான் பசியோடிருக்கிறேன்
கழுத்தைக் கொடு
குருதியைப் புசிக்க
வேலைக்காகுமா கடவுள்
என்றேன்
இதுவரை புசித்த கழுத்தும்
முன்னூறு என்றார் கடவுள்
யோசனையுடன் எழுந்து நடந்தேன்
குறுக்குச் சந்தில் பார்த்த ஒரு
பெண்ணிடம் கடவுளின்
வாசகத்தைச் சொன்னேன்
அவள் கேட்டாள்
பரவசத்துடன்,
கடவுள் வந்திருக்கிறாரா.

19.8.2017.
3.43 p.m.

கூட்டுக்குள் வாழ்ந்தாலும்
ஊரின் சலசலப்பு
பூஜா விடுமுறையைச்
சொல்லி விடுகிறது
வெள்ளி சனி ஞாயிறு
பூஜா விடுமுறை
என்றார்கள்
திங்கள் ஏன் விடுமுறை
என்றேன் முறைக்கி
றார்கள்
ஒவ்வொரு ஆண்டும்
இதே முறைப்புதான்
என் பிறந்தநாள்
ஞாபகத்திலிருப்பது போல்
காந்தியின் பிறந்தநாளும்
ஞாபகத்திலிருக்க
அருள்புரிவாய்
முருகா

28.9.2017.
5:07 p.m.

மாயமோகினி

1

பிரியும் போது சொல்லி விட்டுப் போக வேண்டும்
என்று சொல்லித்தானே தொடங்கினோம்?
இப்போது
நீ
சொல்லாமலே
போனதன்
மர்மம்
என்ன
மாய மோகினி

30.8.2017.
6:46 p.m.

2

காலம் காதலைத் தந்தது
காலம் காமத்தைத் தந்தது
காலம் கண்ணீரையும் தந்தது
உன் மற்றொரு பெயர்
காலமா
மாய
மோகினீ

30.8.2017.
6:49 p.m.

3

இன்னமும்
என் நெஞ்சில்
உன் கூந்தலின்
மணம்

இன்னமும்
என் தோளில்
உன் நகக் கீறலின் வடு

இன்னமும்
திறக்க முடியாமல்
உன் விரல்கள்
என் கண்களைப்
பொத்தியிருக்கின்றன

இன்னமும்
உன் சிரிப்பு
உறக்கத்தைக் கெடுக்கிறது

இன்னமும்
உன் நிர்வாணம்
என்னை உன்மத்தனாக்குகிறது

இன்னமும்
நீ என்னை நினைக்கிறாய்
ஏ
னென்றால்
நான்

உன்னை
நினைக்கிறேன்

இன்னமும்
நீ
உறங்கும் போது
நான் பூனை போல்
நடக்கிறேன்
ஏ
னென்றால்
நீ திடுமென
விழித்து
மருள்வாய்

இன்னமும்
குளியல் தொட்டியில்
இரண்டு உருவங்கள்

30.8.2017.
7:02 p.m.

4

நான் தீமையின்
நிழல் படிந்தவன்
என்னை வெறுத்து ஒதுக்கு

உன் அன்பின்
நீர்த்தாரைகள்
வற்றிப் போகட்டும்

என்றாவது
ஒருநாள்
முளைக்கீரை
விதைகளைப் போல்
மீண்டும் துளிர்க்கும்
உன் புன்னகை மொக்கு

30.8.2017.
7:14 p.m.

5

இந்த
அர்த்தமற்ற
நலிந்து போன
சொற்கள்
இந்தக் கணம்
என் மரணத்தை
ஒத்திப் போடுகின்றன

இந்த சொற்களை
எப்போது
அனுப்பினாய்
மாயமோகினீ...

30.8.2017.
7:17 p.m.

6

நீயே கொன்று
நீயே உயிர்ப்பிக்கிறாய்

30.8.2017.
7:18 pm

7

உன் பெயர்
காரணப் பெயர்

30.8.2017.
7:19 p.m.

8

வாழ்வை அர்த்தப்படுத்தியது
எது

உன் பாதங்களில்
என் இதழ் பதிந்த
தருணம்

30.8.2017.
7:23 p.m.

9

காற்றே
உன்னைத்
துதிக்கிறேன்
அவள் கூந்தலை
நீ
அளைந்து செல்வதால்

30.8.2017.
7:24 p.m.

10

நிலவே
உன்னைத் துதிக்கிறேன்
அவளாக நீ
மாறி விட்டதால்

30.8.2017.
7:25 p.m.

11

இரவே
உன்னை
வணங்குகிறேன்
அவளுக்கு நீ
சேவகம்
செய்வதால்

30.8.2017.
7:26 p.m.

12

நீ என்னை
மறக்க முடியுமா
நாம் ஒன்றாக
சுவாசித்த
இந்தக் காற்றும்
இந்த நீரும்
இந்த நிலவும்
இந்த எழுத்தும்
உள்ளவரை

ஏ
னென்றால்
இது எல்லாமும்
சொல்லுமே
நம் கதை

30.8.2017.
7:31 p.m.

13

காதல் துளி
கண்ணீர் சாகரம்

30.8.2017.
7.35 p.m.

14

கண்ணீரின் பெயரறியா
எனக்குக்
கண்ணீரையே
பெயராகத்
தந்து விட்டாய்

30.8.2017.
7:39 p.m.

15

தேகம் பற்றி
யெரிகிறது
ஆனாலும்
குளிர்கிறது
நீ கொடுத்த
முத்தத்தின்
ஈரம் போகவில்லை

30.8.2017.
7:42 p.m.

16

விடை பெறுகிறேன்
கண்ணே
உன் புன்னகையின்
கீற்று
தெரியும் வரை

30.8.2017.
7:54 p.m.

17

பித்தத்தால் பித்தனான
என்னைப்
பித்தனென
அழைத்து
பித்தம்
தெளிவித்த
மாயவித்தைக்காரி
நீ

30.8.2017.
9:24 p.m.

18

கீழ்வானம் சிவந்து கிடக்கிறது
இச்சையால் எரிந்து கொண்டிருந்த
நான்
உன் நாவின்
தீண்டலால்
உயிர்
பெற்றேன்

1.9.2017.
9:01 p.m.

19

“என்ன இதெல்லாம்?”
“ஏதோ பிதற்றல்.”
“எங்கேயும் போய் விடவில்லை
நான்.”
“அதைக் கேட்கவே
இத்தனைப்
பிதற்றலும்.”

1.9.2017.
9:12 p.m.

20

இப்படியெல்லாம் நினைப்பேன்
என்று
நினைத்ததே இல்லை
இப்படியெல்லாம்
நினைப்பதற்காக
என்னை
நான்
வெறுக்கிறேன்
ஆனாலும்
இப்படியெல்லாம்
நினைக்காமலிருக்க
முடியவில்லை

4.9.2017.
6:56 a.m.

21

இத்தனை நாள்
இனித்த நிலா
இன்று வெறும்
நினைவின்
தடமாக
மாறியதேன்

4.9.2017.
7:05 a.m.

22

இசை ரசிக்கவில்லை
இலக்கியம் கசக்கிறது
சினிமா வெறும் நிழல்களின்
சலனம்
போனதுதான் போனாய்
இதையெல்லாமா
எடுத்துக்கொண்டு
போவாய்

4.9.2017.
7:15 a.m.

23

என்னை உன்மத்தனாய்
மாற்றிய
உன் மணம்
உன் அசைவு
உன் கூந்தல்
உன் செவிமடல்
உன் பின்னங்கழுத்து
உன் பிருஷ்டம்
உன் யோனி
உன் தொடை
உன் பாதம்
என் உயிர் உறிஞ்சிய
உன் வாய்
எல்லாமே வெறும்
கனவா

4.9.2017.
7:25 a.m.

24

ஆம் கண்ணே
கவிஞனாக விரும்பியது
உண்மைதான்
ஆனால்
இப்படி அல்ல

4.9.2017.
11:11 a.m.

25

அமிர்த தாரை
இன்று
அமில தாரை

4.9.2017.
11:11 a.m.

26

நினைவின் வலி விரட்ட
மதுவை நாடினேன்
வலி கூடியது

4.9.2017.
11:12 a.m.

27

மதுவும்
தோற்ற இடம்
உன் நிதம்பம்

4.9.2017.
11:13 a.m.

28

கனவில் உன் நினைவு
எனக்கு
மணமாக வந்தது
நனவில் உன் நினைவு
எனக்கு
ரணமாக வந்தது

4.9.2017.
11:14 a.m.

29

நினைவென்பது நீயா
நீயென்பது வாதையா
சொல்

4.9.2017.
11:16 a.m.

30

மரணத்தையும்
மனப்பிறழ்வையும்
வார்த்தையால்
ஒத்திப் போடுகிறேன்

4.9.2017.
11:17 a.m.

31

இதுவரை
வார்த்தையாய்
வந்தது
இப்போது
வாதையாய்
வருகிறது

4.9.2017.
11:19 a.m.

32

“என்னதான் வேண்டும்
உனக்கு?”
“நீ!”
“நான் இங்கேதான்
இருக்கிறேன்.”
“ஓ...”

4.9.2017.
11:21 a.m.

33

“என்னதான் வேண்டும்
உனக்கு?”
“உன் பாதங்களிலென்
னிதழ்கள் பதிய
வேண்டும்!”
“ஓ...”

4.9.2017.
11:22 a.m.

34

நீயென்பதுநீயா
உன்னிதம்பத்தின்மணமா

4.9.2017.
11:31 a.m.

35

மாயமோகி
நீ
என்
மனமோகி
நீ

4.9.2017.
11:32 a.m.

36

மழையில்லாத
இந்த வாழ்க்கை
வேண்டாம்
வெட்டிவிடு என்னை
என்றது விருட்சம்
வேடனிடம்
கோடரியை ஓங்கியவனிடம்
மீண்டும் அது
சொன்னது
மழையின் மணம்
இன்னும்
ஒட்டிக் கொண்டிருக்கிறது
வேண்டாம் விட்டுவிடு

7.9.2017.
5:49 a.m.

37

இதெல்லாம் கவிதையா
வெறும் பிதற்றல்
என்றாள் மாயமோகினி
பாஞ்சாலி
வியாசனின் காவியத்தை
என்ன சொல்லியிருப்பாள்
என்றெனக்கு மனதில்
ஓடியது

7.9.2017.
9:18 a.m.

38

உன் குரலில் துள்ளல்
தெரிகிறது என்றான்
நண்பன்
துள்ளலையும்
துவளலையும்
தீர்மானிப்பவள்
நீயென்பதை
அறிவாயா
நீ
7.9.2017.
9:21 a.m.

39

அன்று பார்த்த அதே நிலா
அன்று பார்த்த அதே கடல்
அன்று பார்த்த அதே வானம்
அன்று பேசிய அதே பேச்சு
அன்று ஆடிய அதே நடனம்
அன்று கேட்ட அதே பாடல்
அன்று முகர்ந்த அதே மணம்
அன்று பகிர்ந்த அதே உடல்
அன்று அன்று அன்று அன்று
அன்று அன்று அன்று அன்று
அன்று அன்று அன்று அன்று
அன்று அன்று அன்று அன்று
அன்று அன்று அன்று அன்று
அன்று

7.9.2017.
9:32 a.m.

40

வர்ச்சுவல் உலகில்
உன்னைப்பின்
தொடர்வதை
நிறுத்தி விட்டேன்
என்றாள்
நிழல் வேண்டாம்
நிஜம் தா
எனச் சொல்லி
அணைக்க முயன்றேன்
இதுதான் வர்ச்சுவல்
என்று சொல்லி
நாலைந்து ஸ்மைலிகளையும்
நாலைந்து நிழலுருவங்களையும்
அனுப்பினாள்
நானும் நிழலாக
மாறுவது பற்றி
யோசித்துக்கொண்
டிருக்கிறேன்

7.9.2017.
2:24 p.m.

41

ஊருக்கே பிடிக்கவில்லை
உன் கவிதை என்றாள்
பைத்தியக்காரி
ஊருக்கா எழுதுகிறேன்
உயிருக்கு எழுதுகிறேன்
என்றேன்

7.9.2017.
2:33 p.m.

42

மாயா யார்
என்றான் சககவிஞன்
சங்கரனிடம் கேள்
என்று சொல்லிவிட்டு
மாயாவின் தேகத்தில்
எழுதலானேன் என்
கவிதைகளை
நகங்களாலும்
பற்களாலும்

8.9.2017.
10:35 a.m.

43

வேறு துணை தேடிக் கொள்
என்றாள் மாயா
என் வாழ்வின் கடைசி
அற்புதம் நீ
என்றேன்

8.9.2017.
5:01 p.m.

44

நிலவிலிருந்து
வழிந்தது
குருதி
என் கனவிலிருந்து
வழிந்தது
நீ

8.9.2017.
5:11 p.m.

45

என் சொற்களில்
உன் நிழலின் ரேகை
படிந்ததா
எனத் தேடித்தேடி
அலுத்து விட்டேன்
மாயா

8.9.2017.
10:26 p.m.

46

சிரித்தால் நன்றாக
இல்லை என்று
எல்லோரும் சொன்னதால்
சிரித்ததே இல்லை என்றாள்
மாயா முதல் சந்திப்பில்.
சிரிப்பே உனக்கு அழகு
சிரிக்காவிட்டால் உன் முகத்தில்
துயரத்தின் ரேகை மட்டுமே
தெரிகிறது என்று சொல்லி
எப்போதும்
சிரிக்கச் சொல்வேன்
இப்போது எங்கோ சென்று விட்டாள்
முகநூலில் முகத்தைப் படம் பிடித்துப்
போடுகிறாள்
சிரிப்பைக் காணோம்
மீண்டும்
துயரத்தின் ரேகைகள்
ஆனால் இப்போது நான்
அவளை
சிரிக்கச் சொல்வதில்லை

10.9.2017.
4:33 p.m.

47

கடற்கரையில் அமர்ந்திருக்கிறேன்
இன்றுதான்
முதல்முதலாகக் கடல்
அலைகளைப் பார்க்கிறேன்
நிலவையும்
நட்சத்திரங்களையும்
பார்க்கிறேன்
ஆரவாரம் செய்யும் சிறார்களையும்
மனிதக் கூட்டத்தையும் பார்க்கிறேன்
நீ அமருமிடம்
காலியாக இருக்கிறது

10.9.2017.
8.20 p.m.

48

கணினித் திரையில்
சலனமுறும்
நிழலுருவங்களைக் கண்டு
கரமைதுனம்
செய்கிறான் ஒருவன்
உன்னை நினைத்துக்
கவிதையெழுதுகிறான்
வேறொருவன்
மதில்சுவரில்
தனியாய்ப் படுத்துக் கிடக்கிறது
பூனை

10.9.2017.
8:31 p.m.

49

எழுத்தில் வாழ்கிறேன்
ஆம்
எழுத்தில்
வாழ்கிறேன்

10.9.2017.
8.37 p.m.

50

உன் கவிதை
நன்றாக இல்லையென்றாள்
மாயா
நான் என்ன கவிதைப் போட்டிக்கா
கவிதையெழுதுகிறேன்
வாதை வார்த்தையாகிறது
அவ்வளவுதான்

10.9.2017.
8.43 p.m.

51

அன்றொருநாள்
உன்மீது பிணக்குற்று
உன்னையேதும் சீண்டாமல்
வாசித்துக் கொண்டிருந்த
என்னைப்
பின்பக்கமாய் வந்து
நீ
அணைத்துக் கொண்ட
தருணத்தில் நினைத்தேன்
கவிதையெழுதுவதை
நிறுத்திவிடலாமா
என

10.9.2017.
8.57 p.m.

52

உன் சொற்கள் என்னை
எவ்வளவு காயப்படுத்தி
விட்டதென்று உனக்குத்
தெரியுமாவென நீயென்னைக்
கேட்டபோது
என் காது ஒன்றை
வெட்டி உனக்குக்
கொடுக்கலாமாவென
நினைத்தேன்
ஏற்கனவே நிகழ்த்தப்பட்டதைத்
திரும்ப நிகழ்த்துவதில்
என்ன சுவாரசியம் இருக்கிறது
கண்ணே

10.9.2017.
9.20 p.m.

53

உன் கவிதையை
யாரும் படிப்பதில்லை
என்றான் நண்பன்
மாயாவும் படிப்பதில்லை
என்றேன் நான்

11.9.2017.
6.45 p.m.

54

மாயா யார்
என்றாள் மாயா
ம்
கலி முற்றிவிட்டதுதான்
போல
காமம் தத்துவம்
பேசுகிறது

11.9.2017.
7:30 p.m.

55

உனக்கு என்னதான்
வேண்டும் மாயா
என் காதை அறுத்துக்
கொடுக்கவா
என்று
கேட்க மட்டும்தான்
செய்தேன்

11.9.2017.
7.41 p.m.

56

ஒன்பதாவது
மாடியிலிருந்து
இதோ குதிக்கப்
போகிறேன்
என்றாள் மாயா
தற்கொலை செய்து
கொள்வதற்கு முன்
இனியெனக்கு
போன் செய்யாதே
அன்பே
என்றேன்
மறுநாள் சந்தித்து
என் உயிரே என் கண்ணே என் மணியே
நீயில்லாமல் நானில்லை
என்றேன்

11.9.2017.
7.48 p.m.

57

நினைவிருக்கிறதா
மாயா எப்போதும்
ஒரே பாணி முயக்கம்
சலிப்பாக இருக்கிறது
என்றேன்
சட்டென்று
ஆடை களைந்து
கண்களையும்
வாயையும்
கைகளையும் கட்டச்
செய்து
இப்போது இயங்கு என்று
சைகை செய்தாய்
மிருக சம்போகம்
மாயா
மிருக சம்போகம்
நான் உன்
அடிமையானது
அந்தத் தருணத்திலிருந்துதான்

11.9.2017.
8.03 p.m.

58

போகத்தின்
உச்சத்தில்
தலையணையைக்
கடித்து
அறையெல்லாம்
பஞ்சு
சுயநினைவு
திரும்பியபின்
இதெல்லாம் என்ன
சினிமாவின்
கனவுக் காட்சிபோல
என்று நீ கேட்டது
ஞாபகமிருக்கிறதா
மாயா

11.9.2017.
8.11 p.m.

59

நாம் இருவரும்
காமத்தின் பித்தத்தில்
எடுத்துக்கொண்ட
சம்போக சலனச் சித்திரங்களை
அழித்து விட்டாயா
மாயா

11.9.2017.
8.16 p.m.

60

உன் தேகம் முழுதும்
திராட்சை மதுவை
ஊற்றி ருசித்தேனே
அந்த போதை
இப்போதுதான்
தெரிகிறது
மாயா

11.9.2017.
8.20 p.m.

61

உன்நிதம்பத்தில்
நான்கொடுத்த
முத்தங்களத்தனையும்
இப்போது
ஞாபகமுள்ளாய்க்குத்தி
ரணம்கிளப்புகிறது

11.9.2017.
8.27 p.m.

62

எங்கள் சந்திப்பெல்லாம்
மிருகசம்போகம் கேட்டாயா
என்று இந்தக் கடல்
காற்றிடம் சொன்னேன்
அது உன்னிடம் வந்து
நிச்சயம் சொல்லும்

11.9.2017.
8.33 p.m.

63

உன் கடைக்கண்
பார்வையிலென்
உயிரின் சலனம்

12.9.2017.
11.12 a.m.

64

I miss you amor.
I'm very much here.
Is it so?

12.9.2017.
1.53 p.m.

65

மனநோய் மருத்துவரிடம்
சென்று என் பிரச்சினையைச்
சொன்னேன்:
"என் வீட்டின் எதிரே
உள்ள நெடுஞ்சாலையில்
இருக்கிறது
Toni & Guy முடிதிருத்தகம்
எப்போதும் கனவேகத்தில்
பறந்து கொண்டிருக்கும்
வாகனங்களுக்கிடையே
சாலையைக் கடப்பது
சாத்தியமில்லாததால்
அங்கே செல்ல
முடியவில்லை."
"அதற்கு நானென்ன செய்ய
முடியும் நண்பரே?" என்றார்
மனநோய் மருத்துவர்.
"இல்லை ஐயா. அப்படியே
கடக்க முடிந்தாலும்
தினந்தோறும்
முன்பதிவு செய்து விட்டு
முகச்சவரம் செய்து கொள்வதும்
முடியாததுதானே?
முகச்சவரம் முக்கியம்தான்.
அதற்காக இத்தனைப்பாடு
பட முடியுமா?"
"அதற்கு நானென்ன செய்ய
முடியும் நண்பரே?" என்றார்

மனநோய் மருத்துவர்
திரும்பவும்.
“முகச்சவரம் செய்து கொள்ள
மட்டுமே கண்ணாடியைப்
பார்க்கிறேன். ஆனால்
அதில் வேறோர்
உருவம் தெரிகிறது;
அதனால்தான் முகச்சவரம்
செய்ய முடியவில்லை.”
“ஆகா, இப்போதுதான்
ஒரு மனநோய் மருத்துவனிடம்
பேசுவதுபோல்
பேசுகிறீர். சொல்லும்.
அது யார் உருவம்?”
“மாயா.”
“தெரிந்த பெண்ணா?
தெரியாத பெண்ணா?
காதல் தோல்வியா?”
“தெரிந்த பெண்தான்.
ஆனால் காதல்
தோல்வி இல்லை.”
“எவ்வளவு காலமாக
உருவம் தெரிகிறது?”
“மூன்று மாதமாக.”
“மாயாவை நீர் பார்த்து
எத்தனை காலம் இருக்கும்?”
“மூன்று மாதம்.”
“உருவம் பேசுகிறதா?”
“இன்று பேசியது.
அதனால்தான் உங்களைத்

தேடி வந்தேன்.”
“என்ன பேசியது?”
“அது ஒரு உரையாடல்.
நான் மாயாவின்
முகத்தையே
சற்று நேரம்
உற்றுப் பார்த்தேன்.
‘என்ன அப்படிப் பார்க்கிறாய்?’
என்றாள் மாயா.
“உன்னைப் புசிக்க வேண்டும்’
என்றேன்.
உருவம் பேச்சை நிறுத்தி
விட்டது.”
ஏதோ சில
மாத்திரைகளை எழுதிக்
கொடுத்தார் மனநோய்
மருத்துவர்.
வெளியே வந்து
சீட்டைக் கிழித்து
எறிந்துவிட்டு
வீட்டுக்குக் கிளம்பினேன்.

13.9.2017.
12.03 p.m.

66

உன் கண்ணீர்
என்னைக் கொன்று விடும்
மாயா
தெரியாதா உனக்கு
என்ன செய்ய வேண்டுமென்று
சொல்
போதும் என்றேன்
சொல்லில் வாழும் உனக்கு
எப்போதும் சொல் சொல் சொல்
தான் வேண்டும்
சொல்லியா தெரிய
வேண்டும் முதலில் நீ
கண்களின் பாஷையைக் கற்றுக்
கொள் என்றாள்

13.9.2017.
9.38 p.m.

67

லேசான தூறல்
விழுந்து கொண்டிருக்கும்
ஒரு காலை நேரத்தில்
உலகின் பெரியதொரு
கடற்கரையில்
நாம் இருவரும்
நடந்து சென்று கொண்டிருந்தோம்
அலைகள் நம் கால்களை
நனைத்து நனைத்து ஓடுகிறது
எத்தனை பேர்
நடந்த இடம்
எத்தனை பேர்
முத்தமிட்ட இடம்
எத்தனை பேர்
செத்த இடம்
எத்தனை பேர்
எத்தனை பேர்
எத்தனை பேர்
என் கண்ணே
இன்றும் லேசான
தூறல் விழுந்து கொண்டிருக்கிறது
அதே கடல்
அதே அலைகள்

17.9.2017.
9.21 a.m.

68

இந்த நீரண்டத்திலும்
மணல்வெளியிலும்
மழைத் தூறலிலும்
காற்றிலும்
உன்
மணம்

17.9.2017.
9.30 a.m.

70

நீதான் என் கடைசி
பெண்
என்றேன் நான்
உன் எல்லா கதையிலும்
வரும் வசனம்
என்றாள் அவள்

ஒரு சிறுமி
பொம்மையோடு
பேசிக் கொண்டிருக்கிறாள்
பொம்மையும் அவளோடு
பேசுகிறது
அவள் அதற்குத்
தலைசீவி சிங்காரித்துப்
பூச்சூட்டும் நடத்துகிறாள்
அப்போது அங்கே வந்த
ஒருவன்
அந்தப் பொம்மைக்கு
உயிரில்லை அது வெறும்
பொம்மை என்கிறான்

நீதான் என் கடைசி
பெண்
என்றேன் நான்

19.9.2017.
11.16 a.m.

71

என் சிறிய அறையில்
குவியல் குவியலாய்ப்
புத்தகங்கள்
காலடியில் ஒரு நாய்
கண்ணெதிரே ஒரு நாய்

சொற்களோடும்
இசைத் துணுக்குகளோடும்
சலனிக்கும் நிழல்களோடும்
நான்

என் கனவில்
நீ

19.9.2017.
11.23 a.m.

72

உன் துக்கத்தின்
ரேகை
படிந்திருப்பதால்
உன் கவிதை
எதுவும் எனக்குப்
பிடிக்கவில்லை
என்றாள் மாயா
சற்றே உன்
அதரத்தால்
ரேகைகளை
அழித்து விடு
என்றேன்

19.9.2017.
11.41 a.m.

73

நல்லவேளை
குடியை விட்டேன்
இல்லாவிட்டால்
குடித்துக் குடித்தே
செத்திருப்பேன்

21.9.2017.
6.10 p.m.

74

நாவலை எழுதி விட்டேன்
எப்படி முடிப்பதென்று
தெரியவில்லை
மாயமோகினியையெடுத்துக்
கடைசியில் போடு
ட்ராஜடிக்குத்தான் எப்பவும்
மவுசு என்றான்
நண்பன்

21.9.2017.
6.15 p.m.

75

கவிதைகள்
சுமார் ரகம்தான்
ஆனாலும் பரவா
யில்லை ஆங்காங்கே
கொஞ்சம் வெட்டி ஒட்டி
புத்தகம் போட்டு விட
லாம்
சில கவிதைகள் சரியாக
வரவில்லை அதையெல்லாம்
எடுத்து விடலாம்
என்றான்
நண்பன்

நான் கவிதையா
எழுதுகிறேன்

21.9.2017.
7.29 p.m.

76

ஆஸ்கார் ஒயில்டின்
பிக்சர் ஆஃப் டோரியன்
க்ரே தெரியும் உனக்கு
அவன் செத்தது எப்படித்
தெரியுமா
வெளிச்சம் மறையும்
வரை
wind mill-ஐ இழுக்க
வேண்டும்
இருட்டியதும்
கொட்டடியில்
கிடந்த நேரமெல்லாம்
கரமைதுனம்
உயிரின் சத்தையெல்லாம்
தன் ஜனன உறுப்பின் வழியே
வெளியேற்றினான்
வெளியே வந்ததும்
செத்துப் போனான்

இப்போது எதற்கு
அந்தக் கதை?
ஒன்றுமில்லை
சும்மா சொன்னேன்

21.9.2017.
7.36 p.m.

77

என் சிறிய அறையெங்கும்
நாய் உண்ணிகள்
நசுக்கினால் ரத்தம்
இப்படியாக
ரத்தத்தோடும்
மரணத்தோடும்
இருந்து கொண்டிருக்
கிறேன்

21.9.2017.
7.42 p.m.

78

காற்று இல்லை
மழை இல்லை
வெயில் இல்லை
வானம் இல்லை
நட்சத்திரங்கள் இல்லை
கடல் இருந்த இடத்தில்
ஒன்றுமே இல்லை
வலி இல்லை
துக்கம் இல்லை
மகிழ்ச்சி இல்லை
நீ இல்லை
நான் இல்லை
இல்லை இல்லை
இல்லை

21.9.2017.
7.49 p.m.

79

செய்ன் நதியோரத்தில்
நீயும் நானும்
எதிரே நாத்ர் தேம்
தேவாலயம்
காதல் ஜோடிகள்
செதுக்கிய சிலைகளோவென
முத்தமிட்டுக் கொண்டிருக்கின்றன
நீ இட்ட முத்தத்தின்
நெருப்பு இன்னும்
அடங்கவில்லை

21.9.2017
7.55 p.m.

80

எப்படி ஒரே சாயலில்
இரண்டு பேர்
எத்தனையோ அதிசயத்தில்
இது ஒரு அதிசயம்
இப்போது பார் நானொரு
அதிசயம் சொல்கிறேன்
64 வயதில்
பள்ளிக்கூடச் சிறுவனைப் போல்
கவிதையெழுதிக்
கொண்டிருக்கும் நானொரு
பைத்தியக்காரன்தானே?
எழுதியது நானா?
இல்லையில்லை
ப்யூகோவ்ஸ்கி
அவனையும்
தீண்டியிருக்க வேண்டுமொரு
மாயமோகினி

21.9.2017.
8.03 p.m.

81

சொல் கொல்லும்
சொல் காக்கும்
இதோ என்னைக்
காத்துக் கொண்டிருக்கிறது
சொல்

21.9.2017.
8.58 p.m.

82

வேண்டுமானால்
வேறொரு பெண்ணைத்
தேடிக் கொள்ளென்றாள்
மாயா
ஒரு மாயாவுக்கே இந்த
கதி இன்னுமொரு மாயா
என்றால் அதோகதிதான்
என் யோசனையெல்லாம்
ஓரினச் சேர்க்கையாளனாய்
மாறிவிடலாமா
என்றுதான்
மீண்டும் பழையபடி

22.9.2017.
8.50 p.m.

83

உன் மணம் என்ன
வென்று இத்தனை
நாள் யோசித்தேன்
இன்றுதான் தெரிந்தது
கடம்பப்பூமணம்தான்
உன் மணம்
கடம்பப்பூவின் குணம்
தெரியுமா உனக்கு
அதனருகே இருந்தால்
ஒன்று ரெண்டாகத்
தெரியும் ரெண்டு
மூன்றாகத் தெரியும்
மூன்று எட்டாகத் தெரியும்
எட்டு எட்டுக்கால்
பூச்சியாகத் தெரியும்
எட்டுக்கால் பூச்சி
ஆனைபூனையாகத்
தெரியும்

ஆனைபூனையெல்லாம்
அழகு தேவதையாய்த்
தெரியும் அழகுதேவதை
அன்னக்காவடியாய்த் தெரியும்
மொத்தத்தில்
சித்தம் கலங்கிப்
பித்தனெனப் பேர்
கிடைக்கும்

என் வீட்டின் கடம்பமரம்
பூத்திருக்கிறது

22.9.2017.
9.02 p.m.

84

இதுவொரு அதிசயக்
கேணி
இதனுள்ளே
ஒரு நாணயத்தைச்
சுண்டியெறிந்தால்
நீ நினைத்தது நடக்குமென்றாள் தோழி
நினைவின் சுமையகல வேண்டுமென
வேண்டி அவள்
சொன்னபடிச் செய்தேன்
அதிசயக் கேணிதான்
சந்தேகம் இல்லை

1.5.2018

85

நீ...

எல்லையற்ற கருணையில் என்னை
மிதக்கச் செய்யும்
இசையின் வருடல்...

புதுமழைக்குப் பிறகு
புல்லிதழ் ஈரத்தை
மணமாக்கி வரும் தென்றல்...

சிலிர்த்த பூமியிலிருந்து
உயர்ந்த
தேவதாரு மரங்கள் உதிர்த்திருக்கும்
நட்சத்திரங்களை
என் தோள்பையில்
ஆசையாய்
சேகரித்துக் கொண்டிருக்கிறேன்
உனக்காக...
(நைனிட்டாலிலிருந்து...)

7.5.2018.

86

ஆயிரம் கோடி நாமங்கள்
உனக்கு என்றேன்
எங்கே சொல்
பார்ப்போம் என்றாள்
கண்ணே என்றேன்
கண்ணின் மணியே என்றேன்
அன்பே என்றேன்
ஆரமுதே என்றேன்
சொற்களெல்லாம்
நூலாம்படையோடு
நைந்து நைந்து
விழுந்தன
பதற்றம் தொற்ற
என்ன செய்வதெனத்
தெரியாமல்
அனுப்பினேன் ஒரு கிஸ்
ஸ்மைலி
பதிலுக்கு ஒரு
ஷை ஸ்மைலி
அனுப்பினாள்

6.7.2018.

87

இந்தக் கதையை
நான் உன்னிடம் மட்டுமே
சொல்ல முடியும்
என்பதும்
அதைக் கேட்கக் கூடிய
நிலையில் நீ
இல்லை என்பதும்
எனக்குத்
தரப்பட்டிருக்கிறது

14.2.2019.

88

அன்பே
நீ என்னை வெறுத்து விடு
அப்போதுதான் நீ
யாருடனாவது பேசும்போது
என் நெஞ்சு பற்றி எரியாது
நீ என்னை வெறுத்து விடு
அப்போதுதான் நீ
யார் தோளிலாவது கை போடும் போது
என் இதயம் பதறித் துடிக்காது
நீ என்னை வெறுத்து விடு
அப்போதுதான் உன்னையே
நினைத்து
நினைத்து
நினைத்து
நினைத்து
என் மனம் பித்தாகி
மடியாது
நீ என்னை வெறுத்து விடு
அப்போதுதான் என்னால் இயல்பாக இருக்கமுடியும்
நீ என்னை வெறுத்து விடு
அப்போதுதான் என்னால்
வேறு எது பற்றியேனும்
யோசிக்கமுடியும்
நீ என்னை வெறுத்து விடு
அப்போதுதான் நான் உன்னை
காதல் என்ற இரும்பு வளையத்தால்
கழுத்தை நெறித்துக் கொள்ள மாட்டேன்
வெறுப்பே நம் வாழ்வை

உய்விக்க முடியும் கண்ணே
புரிந்து கொள்
வெறுப்பு எனும் வற்றாத நதியில்
என்னைத் தள்ளிவிடு
ஏனென்றால்
வெறுப்பே இந்த உலகை வழிநடத்துகிறது
வெறுப்பே வாழ்வுக்கு ரசமூட்டுகிறது
வெறுப்பே ஜனன சப்தமாயிருக்கிறது
வெறுப்பே உயிர்த்துடிப்பின்
குறியீடாகவும்...

15.2.2019.

ஆடம்பரமான இந்த நட்சத்திர விடுதியில் எங்கிருந்து வருகிறது புறாக்களின் சப்தம் ஒருவேளை நேற்று வேறோர் நகரில் தங்கியிருந்த ஏழ்மையான விடுதியில் கேட்ட சப்தத்தின் நீட்சியோ உம்பர்த்தோ எக்கோவின் ஃபாஸிஸத்தின் பதினான்கு அடையாளங்களை வாசித்துக் கொண்டிருந்தேன் பாகிஸ்தான் மீது படையெடுக்கச் சொல்லும் ஆரவாரம் மிகுந்த காலமிது நான் இருக்கும் போது ஏன் இப்படித் தனிமையின் கவிதையெனக் கேட்டாள் மாயா தனிமை இல்லை காதலின் உன்மத்தமென்றேன் சிரித்தாள் சுவாசத்தை வெளியிலா தேடுகிறோம் அது பாட்டுக்கு ஒரு பக்கம் ஓடிக்கொண்டிருக்கவில்லையா நாசிவழி அதுபோல இந்தக் காதலுக்கும் காமத்துக்கும் இன்னொரு உயிருடல் தேடாமல் நமக்குள்ளேயே கிடைக்கவொரு ஏற்பாடு செய்திருக்கலாமில்லையா அந்தக் கயவாளிக் கடவுளென்றேன் அதற்குமொரு சிரிப்பு போர் போர் என்ற கூச்சல் காதைப் பிளக்க பிறகு அழைக்கிறேனென பேச்சைத் துண்டித்தேன் இன்னமும் புறாக்களின் சப்தம் ஓயவில்லை அறையை விட்டு வெளியே வந்து நடக்கிறேன் எங்கெங்கும் மனிதக் கூட்டம் சுவரெல்லாம்

நடிகர் முகங்கள் ஓரத்தில் நின்று வேடிக்கை பார்க்கிறேன் பகல் கரைந்து இருள் சூழத் தொடங்குகிறது திரும்பவும் நடக்கிறேன் தேடி வந்த ஒயின்ஷாப் கண்ணில் பட ஒரு போத்தல் வெள்ளை ஒயின் வாங்கிக் கொண்டு அறை நோக்கி நடக்கிறேன் திடீரென்று ஒரு நாய் வாலை ஆட்டிக் கொண்டு என்னைத் தொடர்ந்து வருகிறது...

15.2.2019.

சின்னஞ்சிறு குழந்தைகளைப் பிடித்துப் புணர்ந்து பிறகு அவர்கள் கால்களைப் பிடித்துத் தூக்கி சுவரில் அடித்துக் கொல்லும் வழக்கமுடைய மனிதனிடம் கேட்டேன் இது தப்பில்லையா என்று

தப்பில்லையே என்றான்.

உடல் முழுதும் வெடிமருந்தைக் கட்டிக் கொண்டு நெரிசலான ரயில் நிலையம் நோக்கிச் சென்று கொண்டிருந்தவனிடம் கேட்டேன் இது தப்பில்லையா என்று

தப்பில்லையே என்றான்.

கடன் வாங்கி சமைத்து வைத்திருந்த மனைவியிடம் ஏன் ஆட்டுக்கறி பண்ணவில்லை என்று கேட்டு அவள் கூந்தலைப் பிடித்து அடித்துக் கொண்டிருந்தவனிடம் கேட்டேன் இது தப்பில்லையா என்று

தப்பில்லையே என்றான்.

அரைகுறையாய்ப் புணர்ந்து முடித்துத் திரும்பிப் படுத்துக் கொண்டவனிடம் கேட்டேன் இது தப்பில்லையா என்று

தப்பில்லையே என்றான்.

என் கடவுள் என் தேசம் என் மொழியே உன் கடவுள் உன்

தேசம் உன் மொழியை விடச் சிறந்தது என்று சொல்லி வசியம் செய்து கொண்டிருந்தவனிடம் கேட்டேன் இது தப்பில்லையா என்று

தப்பில்லையே என்றான்.

நட்சத்திர ஓட்டல் மதுபான விருந்தில் வெள்ளிக் கரண்டிகளை எடுத்துத் தன் கோட்டுப் பாக்கெட்டுகளில் போட்டுக் கொண்ட கனவான்களிடம் கேட்டேன் இது தப்பில்லையா என்று

தப்பில்லையே என்றார்கள்.

மகப்பேறு மருத்துவமனையிலிருந்து திருடிக் கொண்டு வந்த பெண் குழந்தையின் கண்களைக் குருடாக்கிக் கொண்டிருந்த பிச்சைக்காரியிடம் கேட்டேன் இது தப்பில்லையா என்று

தப்பில்லையே என்றாள்.

ஆட்டு மாமிசத்தோடு கலப்பதற்காக நாயை அடித்துக் கொன்று கொண்டிருந்தவனிடம் கேட்டேன் இது தப்பில்லையா என்று

தப்பில்லையே என்றான்.

வரதட்சணை கொண்டு வா இல்லாவிட்டால் உன் அம்மா வீட்டிலேயே இருந்து கொள் என்று சொல்லி மனைவியைத் துரத்தி விட்ட கணவனிடம் கேட்டேன் இது தப்பில்லையா என்று

தப்பில்லையே என்றான்.

கள்ளக் காதலனோடு கொஞ்சுவதற்கு இடைஞ்சலாக இருந்த குழந்தையை விஷம் வைத்துக் கொன்றவளிடம் கேட்டேன் இது தப்பில்லையா என்று

தப்பில்லையே என்றாள்.

அனாதை இல்லத்திலிருந்து சுவீகரித்துக் கொண்டு வந்த சிறுமியின் முதுகில் இஸ்திரிப் பெட்டியால் சூடு போடும் பெண்ணிடம் கேட்டேன் இது தப்பில்லையா என்று

தப்பில்லையே என்றாள்.

ஒரு ஜிமிக்கிக்காக சிறுமியின் காதையையே அறுத்துக் கொண்டு ஓடும் இளைஞனிடம் கேட்டேன் இது தப்பில்லையா என்று

தப்பில்லையே என்றான்.

நானே கடவுள் என்று அறிவித்துக் கொண்டவனிடமும்

அன்னதானம் செய்து விட்டு அலுத்துக் கொண்டவனிடமும்

கேட்டேன் இது தப்பில்லையா என்று

தப்பில்லை தப்பில்லை தப்பில்லை என்றே சொன்னார்கள்

கடைசியாக

இதையெல்லாம் கவிதையென எழுதிக் கொண்டிருந்தவனிடம் கேட்டேன் இது தப்பில்லையா என்று

பதிலேதும் சொல்லாமல்

விஸ்கியைக் குடிக்க ஆரம்பித்தான்

அவன்

17.2.2019.

இரவு பத்து மணி அளவில்
அவனிடம் சொல்லப்பட்டது
நாளை காலை உனக்குப் பட்டாபிஷேகம்
என்று
புன்சிரிப்போடு கேட்டுக் கொண்டான்
அதிகாலை நான்கு மணிக்கு
அவனை அழைத்து
பதினான்கு ஆண்டுகள் நீ
வனவாசம் செய்ய வேண்டுமென்றான் தகப்பன்
அதையும் அவன் புன்சிரிப்போடு
கேட்டுக் கொண்டான்

18.2.2019.
9.34 a.m.

அதிசயம்

நாகேஸ்வரராவ் பூங்காவுக்கு
சாந்தோம் நெடுஞ்சாலையிலிருந்து
நடந்து சென்றேன்
பூங்காவிலிருந்து
நண்பரின் வாகனத்தில்
வீடு வந்தேன்
சாப்பிட்டேன்
நாய்க்கும் பூனைகளுக்கும்
உணவிட்டேன்
இன்று முழுவதும் செய்ய வேண்டிய வேலை
ஒன்றே ஒன்றுதான் இருக்கிறது
தட்டச்சு செய்யப்பட்டு வந்த நாவலைப்
பிழை திருத்தம் செய்ய வேண்டும்

நம்ப முடியாத அதிசயங்களால்
நிறைந்திருக்கிறது
வாழ்க்கை

18.2.2019.
9.54 a.m.

ஸ்டாலின் ஃபெலிக்ஸ்
இறந்து விட்டார்
துக்கத்துடன் சொன்னார் அய்யனார்.
இளைஞராயிற்றே என்றேன்
நம்ப முடியாமல்.
முந்தாநாள்தான் சொன்னார் சளி இருமல் என்று
மூச்சு விட முடியாமல் இறந்து போனார்
என்றார் அய்யனார்.
எனக்கும் ஒரு மாதமாக சளி இருமல்
ஆனால் மூச்சு விட முடிகிறது என்றேன்.
உடம்பைப் பார்த்துக் கொள்ளுங்கள் என்றார்.
பார்த்துக் கொள்கிறேன் என்றேன்.

18.2.2019.
10.55 a.m.

மாபெரும் நாடகம்

Consequences of War, Peter Paul Rubens
Wikimedia Commons

நானொரு மாபெரும் நாடகத்தை
நடத்தத் திட்டமிட்டேன்
நடிகர்களை உருவாக்கினேன்
கலை இயக்குனரை அழைத்து
அரங்கம் பற்றி விளக்கினேன்
எல்லாம் நிஜத்தைப் போலவே
இருக்க வேண்டும் என்றேன்
மரம் செடி கொடி நிலா நட்சத்திரம்
கோட்டை கொத்தளம் குளம் கடல் மீன் பறவை
யானை குதிரை கழுதை
புழு பூச்சி
ஏரி காடு எரிமலை பாலை

பாறை மண் கல் வயல்
நதி நீர்வீழ்ச்சி
காற்று புயல் மழை அக்கினி
போலீஸ் ஸ்டேஷன் பாராளுமன்றம் பள்ளிக்கூடம்
வழிபாட்டுத்தலம் சிறைச்சாலை சித்ரவதைக் கூடம்
மருத்துவமனை விபச்சார விடுதி
எல்லாம் எல்லாம் உருவாக்கப்பட்டன
நிஜத்தைப் போலவே
நடிகர்களை அழைத்து
பாத்திரங்களைப் பிரித்துக் கொடுத்தேன்
நல்லவன் கெட்டவன் அரசியல்வாதி திருடன்
கொள்ளைக்காரன் கொலைகாரன் ஆன்மீகவாதி
ஞானி கடவுள் தீர்க்கதரிசி
எழுத்தாளன் பணியாள் மந்திரி தொழிலாளி
அடிமை
தீண்டத்தகாதவன் நோயாளி பைத்தியம் கற்புக்கரசி
வேசி துரோகி வன்கலவி செய்பவன் தியாகி
மகாத்மா கவிஞன் கோமாளி பூசாரி சோதிடன்
கூனன் முடவன் குருடன்

★★★

நாடகம் தொடங்கியது
நவீன நாடகம் என்பதால் பார்வையாளர்களும்
பங்கேற்பாளர்களே என்பதை சொல்லத்
தேவையில்லை
நன்றாகவே இருந்தது நாடகம்
போர்க்காட்சிகளெல்லாம் தத்ரூபம்
குண்டுவெடிப்புகளில் நகரங்கள் அழிந்தன
மனிதர்கள் பதுங்கு குழிகளில் நாட்கணக்கில்

பதுங்கிக் கிடந்தார்கள்
விஷவாயுக் கூடங்களில் மனிதக் கூட்டம்
எறும்புச் சாரிகளைப் போல்
சென்று கொண்டிருந்தது
குண்டுவெடிப்பில் ஒரு சிறுமி
உடம்பெல்லாம் தீப்பற்றியெரிய
ஓடி வந்ததைப் பார்த்தபோது எனக்கே
பதற்றம் தொற்றிக் கொண்டது பிறகுதான்
நாடகம் நாடகம் என்று சமாதானம்
செய்துகொண்டேன்
பள்ளிக்கூட மாணவிகளோடு பஸ்கள் எரிந்தன
சிறார் பள்ளிக்கூடம் ஒன்றில் நுழைந்த
வெடிகுண்டு மனிதன்
தன் உடலை வெடிக்கச் செய்தான்
நாலாபக்கமும் வெடித்துச் சிதறிய உடல்களிலிருந்து
என் முகத்தில் தெறித்து விழுந்த
சின்னஞ்சிறிய சுண்டு விரலைப் பார்த்தபோதும்
நாடகம் நாடகம் என முனகிக் கொண்டேன்
பூங்காக்களில் காதலர்கள் முத்தமிட்டுக்
கொண்டிருந்தார்கள்
அரசியல்வாதிகள் போர் முழக்கம் செய்து
கொண்டிருந்தார்கள்
திரையரங்குகளில் தேசிய கீதம் ஒலித்துக்
கொண்டிருந்தது
கடவுளை வணங்குபவர்கள் அனைவரும்
தங்கள் கடவுளே உசந்த கடவுள் என்று சொல்லி
அடுத்த மனிதனைக் கொன்று கொண்டிருந்தார்கள்
நான் உருவாக்கிக் கொடுத்த நாடகத்தை மறந்து
போன நடிகர்கள்
தாங்கள் நடிகர்கள் என்பதையும் மறந்து நாடகத்தில்

ஒன்றினார்கள்
எங்கு பார்த்தாலும் அமளிதுமளி ரத்தக்களரி
நலிந்த உடல்கொண்ட ஒருவன் ஓடிவந்து என்னிடம்
காப்பாற்று காப்பாற்று என்னைக் கொல்ல
வருகிறார்கள்
என்று கதறினான்
நான் இருக்கிறேன் பயப்படாதே உன் பாத்திரத்தின்
பெயரென்ன
என்று கேட்டேன்
இயேசு கிறிஸ்து என்றான்
அப்படியானால் கவலையில்லை உன்னைக்
கொன்றாலும் நீ உயிர்த்தெழுவாய்
என்றேன்
அதற்குள் சேவகர்கள் ஓடி வந்து அவனைத் தூக்கிக்
கொண்டு போனார்கள்
ஏன் என்னைக் கை விட்டாய் என்ற அவன் குரல்
தூரத்திலிருந்து கேட்டது
அப்போது என்னருகே வந்த ஒரு மீசைக்காரன்
கடவுள் செத்து விட்டார் என்றான்
சலித்துப் போன நான் மேடையின் குறுக்கே போய்
நின்று கொண்டு
நடிகர்களே இது நாடகம் என்பதை மறந்து
போனீர்களா
என உரக்கக் கூச்சலிட்டேன்
ஒதுங்கிப் போ என்றது நடிகர் கூட்டம்
நான்தான் உங்களை இயக்குபவன்
நாடகம் என் கை மீறிப் போய் விட்டது
அதனால் நாடகத்தை நிறுத்துகிறேன்
என்று அறிவித்தேன்
உன்னைத்தான் தேடிக் கொண்டிருந்தோம்

என்று சொல்லி
என்னைக் கொன்று போட்டுவிட்டு
எழுத்தாளன் செத்து விட்டான்
என்று அறிவித்தது
நடிகர் கூட்டம்

1.3.2019.

புத்தன்

உணவை யாசித்துக் கொண்டிருந்த
என்னை
உழைக்கச் சொன்ன
உழவனிடம் சொன்னேன்
நான் தவத்தை உழுது
ஞானத்தை அறுவடை
செய்கிறேன் என

2.3.2023

நான் ஒரு கனவு
கண்டேன்
கனவிலேயே காதலித்தேன்
மணம் புரிந்தேன்
குழந்தை பெற்றேன்
விவாகரத்து செய்தேன்
மீண்டும் காதலித்தேன்
மீண்டும் குழந்தை பெற்றேன்
முதுமை வந்தது
முதுமை முடிந்து
மரணமும் வந்தது
கனவிலிருந்து திரும்பாமலேயே
இறந்து போனோமே
என்ற வருத்தத்துடன்
இவ்வுலக வாழ்வை நீத்தேன்.

2.3.2019.

வனம் ஏகுதல்

வனத்துக்குச் செல்லும் போது உங்கள் கண்களையும் செவிகளையும் இறுக மூடிக்கொண்டு செல்லாதீர்கள். வனத்திலிருந்து உங்களுக்கு எதுவும் கிடைக்காது.

இந்த வாக்கியத்தின் ஆரம்பத்தில் "நான் உங்களுக்குத் தீர்மானமாய்ச் சொல்லுவேன்" என்றுதான் எழுத நினைத்தேன். ஆனால் அது தீர்க்கதரிசிகளின் மொழி என்பதால் ரத்து செய்து விட்டேன்.

19.5.2019

Pithy thoughts

1

என் எழுத்தைப் படித்தால் என்னை வெறுக்கவே தோன்றும். என்னை அனுபவிப்பவர்களால் மட்டுமே என்னைப் புரிந்து கொள்ள முடியும்.

★★★

நான் உங்களிடம் ஒரு குழந்தை தன் அன்னையிடம் பேசுவது போலவே பேசுகிறேன். அதனாலேதான் எந்தக் கூச்சமுமின்றி உங்களிடம் யாசகம் கேட்க முடிகிறது.

5.11.2020

2

அகங்காரமே என் சிருஷ்டியாக வெளிப்படுகிறது. அதற்கான அவியே அடக்கமும் மதுரமும்.

★★★

நிச்சலனமாக இருக்கிறது ஏரி
சரேலென இறங்கியதொரு
தனித்த பறவை
மீனொன்றைக்
கவ்விச்செல்கிறது
படபடக்கிறது மனம்

7.11.2020.

3

நூற்றாண்டுகளாய்
நின்று கொண்டிருக்கிறேன்
தனிமையும் சோர்வும்
அயற்சியும் விரக்தியும் கொண்டு.
மழை கண்டேன்
புயல் கண்டேன்
அக்னியும் சுட்டெரித்தது
சர்ப்பங்கள் ஊர்ந்து நெளிகின்றன
நாய்கள் சிறுநீர் கழிக்கின்றன
கல் கண்ணீர் விடுகிறதென
வணங்க ஆரம்பித்ததொரு கூட்டம்
கற்கள் மீது விரோதங்
கொண்டவர்கள்
மூளியாக்கினர் என்னை
ஆனால்
வர வேண்டியவனை
இன்னும்
காணோம்...

7.11.2020.

4

நான் உன்னைத்தான்
தேடி
வந்து கொண்டிருக்கிறேன்
இருந்த இடத்தில்
இருந்தபடியே…

7.11.2020.

5

நான் இங்கே
வந்ததிலிருந்து
அவனைப் பார்க்கிறேன்
ஒரு நாளும்
தவறியதில்லை
நெடுஞ்சாலையின்
எதிர்ப்பக்கத்தில்
படுத்திருக்கிறான்
இடம் மாறியதேயில்லை
அதே இடம்
எப்போது இங்கே
வந்தேனென்று
ஞாபகமில்லை
ஆனால்
நீண்ட காலமாயிற்று
என்பது மட்டும் நிச்சயம்
வந்ததிலிருந்து
பார்த்துக் கொண்டிருக்கிறேன்
காலையில் வந்தால்
படுத்திருக்கிறான்
மாலையில் வந்தால்
படுத்திருக்கிறான்
இரவில் வந்தாலும்
படுத்திருக்கும் உருவம்
தெரிகிறது
பிரேதமென்றால் அழுகியிருக்காதா
துப்புரவுத் தொழிலாளர்கள்
அப்புறப்படுத்தியிருக்க

மாட்டார்களா
ஒருவேளை
சயனத்திருக்கும் சிலையோ
யாரும் வணங்குவதாகவும்
தெரியவில்லை
ஒருநாள்
கூச்சத்தை விட்டு
அருகில் சென்று பார்த்தேன்
என்ன ஒரு ஆச்சரியம்
அச்சு அசலாக
நான்

7.11.2020.

6

கனவுகளாலும் காலடிகளாலும்
எண்ணிக்கையற்ற கதைகளாலும்
நிரம்பியிருந்த
அந்த மணல்வெளியில்
அமர்ந்திருந்த அவனிடம்
ஒரு மணல் சொன்னது
உன் கதையும் என் கதையும்
ஒன்றுதானென
அநந்தகோடி
ஆண்டுகளுக்கு முன்னே
ஒரு ஆதித்தாயின்
கருவை உடைத்தபடி
வந்த
அநந்தகோடி
அணுத்தூசுகளின்
காலப்பெருவெளியில்
மிதந்து வந்து
இப்போது
உன் கையில்
அமர்ந்திருக்கிறேன்
இப்போது
அண்ட சராசரங்களும்
என் வயிற்றில்
எனச் சொல்லியபடி
அந்த மணல் துகளை
விழுங்கி வைத்த
அவன்
அந்த க்ஷணமே

வயிறு வீங்கிச் செத்தான்
யாருமற்ற கடற்கரையில்
கேட்பாரற்றுக்
கிடக்கிறது
ஒரு
பிரேதம்

10.11.2020.

7

மலரில் மதுரம்
மதுரத்தின் ருசி
ருசியின் சொல்
சொல்லின் கவிதை
கவிதையில் நான்
நானில் நீ
உன்னில் மலர்
மலரில் மதுரம்

9.11.2020.

8

நீ
சற்றும்
எதிர்பாராத
தருணத்தில்
உன் கையில்
வந்து விழும்
பந்து

9.11.2020.

9

பரிவாரங்களுடன்
வேட்டைக்குச் சென்றான்
அரசன்
வற்றிக் கிடந்தது
வனம்
மழை இல்லை
பசுமை இல்லை
பாறைகளில்
சுனைகளின்
சுவடுகள் மட்டுமே
பழைய தடம்
கொண்டிருந்தன
ஒரு முயல்கூடத்
தென்படவில்லை
யார் கொடுத்த சாபமோ
வனமும் இந்த கதியாயிற்றேவென
துக்கித்து நின்றபோது
அவனெதிரே வந்த
கண்கள் பஞ்சடைந்த

புலியொன்று
பட்டினியில் செத்துக் கொண்டிருக்கும்
என்னைக்
கொன்று விடு என்று
வாய்விட்டுச் சொன்னது
தன் ஆடைகளைக் கழற்றியெறிந்த
மன்னன்
அந்தப் பசித்த புலியிடம்
தன்னைப் புசிக்கக் கொடுத்தான்
திரண்டு வந்தன
கருக்கொண்ட
மேகங்கள்

11.11.2020.

10

ஸ்மாஷன் தாரா - 1

பிறந்து
ஐந்து வயது வரை
ஊமைப் பிள்ளை
கலியப் பெருமாள் கோவிலுக்கு
நேர்ந்து கொண்டுதான்
பேச்சே வந்தது
பேசிய பேச்சும்
அசட்டுப் பேச்சு
புத்தியும் இல்லாமல் போச்சு
மந்தையைப் பிரிந்து
அபீன் பழக்கமாச்சு
ஸ்த்ரீகளின் சிநேகமும்
கூடவே வந்தது
ஊரிலும் கெட்ட பேர்
உறவும் தள்ளி வைக்க
என்னென்னவோ ஆச்சு
ஆனாலும் உன் கருணை
மழை மட்டும்
குறைவற்றுப் பெய்ய
என்ன தவம் செய்தேனெனக்
கேட்டதுக்குச் சொன்னாள்
தயை கருணை க்ஷமா
மூன்றுமென் முலைகளில் சுரக்க
நீதான் காரணம்

13.11.2020.

11

ஸ்மாஷன் தாரா - 2

ஆசைப்பட்டது
கிடைக்கவில்லை
துக்கமான துக்கம்
ஆசையை விடு
துக்கம் போகுமென்றானொரு
ஆசான்
விட்டேன்
துக்கம் அகன்றது
அப்போது வந்தாள்
ஸ்மாஷன் தாரா
என்ன வரம் வேண்டும்
கேள் மகனே என்றாள்
ஒரு ஐந்து நிமிடம்
முந்தி வந்திருக்கக் கூடாதா
உலகத்தையே கேட்டிருப்பேன்
என்றேன்
இப்போதும் ஒன்றும் கெட்டுப்
போய்விடவில்லை
கேளென்றாள்
எதுவும் வேண்டாம்
முடிந்தால் என்னோடு இரு
என்றேன்
அதற்கென்ன இருந்தால் போயிற்று
என்றாள்
கவிதை பிறக்கலாயிற்று

13.11.2020.

12

ஸ்மாஷன் தாரா - 3

ஆதி அந்தமில்லாத
காலப்பெருவெளியின்
இந்தவொரு புள்ளியில்
நாம் சந்தித்தது
சந்தர்ப்பவசமோ
விதிவசமோ
தெரியாது
மனிதக் கணக்கில்
இருபது ஆண்டுகள்
ஒன்றாயிருந்தோம்
சட்டென்று
கரைந்து விட்டாய்
காலத்தில்
அநந்தகோடி ஒளிப்புள்ளிகளில்
ஒன்றாகிவிட்ட
உன்னையினி
சந்திக்க இயலுமோ
சந்தித்தாலும் ஞாபகமிருக்குமோ
இந்த இருபது ஆண்டுகளில்
நாம் பேசிய வார்த்தைகளும்
பேசாத மௌனங்களும்
கூடலும் ஆடலும்
வெறுப்பின் வெம்மை
படிந்த பகல்களும்
மோகத்தீயில் பற்றியெரிந்த
இரவுகளும்
எனக்காக உன்னை
உருக்கிக் கொண்டதும்

தங்கக் கூண்டில் எனைச்
சிறைப்படுத்திய
உன் பிரியத்தின்
கூர்முனைகளும்
இன்னும் ஏராளமாக
ஏராளமாகச்
சொல்லலாம்
எல்லாம் இனி
ஞாபகங்கள்
வலியையும் வாதையையும்
களிப்பையும் துய்ப்பையும்
ஸ்மாஷன் தாரா
தந்த அனுபவமாய்
ரஸமாற்றம் செய்து வந்த
என்னால்
உன் இல்லாமையின்
பெருவலியைத்
தாங்க முடியவில்லை
இதுகாறும்
தொடர்ந்து வந்த
இசையும் எழுத்தும்
கலையும் குடியும்
நீ இல்லாத
சூன்ய காலத்தின்
சுமையைப் போக்க முடியவில்லை
சுருக்குக் கயிறின்
முடிச்சு இறுகுகிறது

In remembrance of Gérard de Nerval

14.11.2020.

13

நிலம் தீ நீர் வளி விசும்பென
ஐந்தும் கலந்ததால்
உலகம்
தன் சகாக்களிடமிருந்து பிரிந்து
தனிமைப்படலாயிற்று
உலகவாசியான மனிதனும்
தனிமை கொண்டான்
தனிமை வாட்டியதால்
அந்தரவாசியாய்க்
கடவுளைப் படைத்தான்
பசியெடுத்த கடவுளுக்குத்
தன்னையே தின்னவும்
கொடுத்தான்
உண்டு கொழுத்த கடவுள்
செய்வதற்கேதுமில்லையென
இனப்பெருக்கம் செய்ய
பலிகள் பெருகின
சமயங்களில் கடவுளே
பலியான கதைகளும் நடந்தன
பசி கொண்ட
சிங்கமொன்று
சின்னஞ்சிறு மான்குட்டியை
வாஞ்சையுடன்
நக்கிக் கொடுத்தது

16.11.2020.

14

ஒரு கள ஆய்வுக்காகக்
கண்ணம்மாப்பேட்டை சுடுகாட்டுக்குச்
சென்றிருந்தபோது
பாதியெரிந்த பிரேதத்தைப்
புசித்துக் கொண்டிருந்த
மனிதச் சாயலிலிருந்த ஒரு
உருவத்தைப் பார்த்து
நீ கடவுளா மனிதனா
எனக் கேட்டேன்
சைத்தான்
என்றது உருவம்
எந்த ஊர் என்றால்
அந்தரவாசி என்றது
அதோடு விடாமல் என்னோடு
கூடவே வந்தது
வாயெல்லாம் வழிந்த குருதியைக்
கழுவிக் கொள் எனச் சொல்லி
என் பையிலிருந்த வாட்டர் பாட்டிலைக்
கொடுத்தேன்
சுத்தப்படுத்திக் கொண்ட சைத்தான்
என்ன வரம் வேண்டும்
கேள் என்றது
ஆகா உன்னைத்தான் தேடிக் கொண்டிருந்தேன்
என்ற நான்
ஓப்ரா வின்ஃப்ரே ஷோவில்
என் புத்தகம் வர வேண்டுமென்றேன்
கொடுத்தேன் வரம் என்ற சைத்தான்
அது யார் என்ன விவரமென்று கேட்டது

ஜான் க்ரே ஜான் க்ரே என்றொரு ஆள்
காலேஷ்வர் ஸ்வாமியிடம்
வாங்கினாரொரு வரம்
ஓப்ரா வின்ஃப்ரே ஷோவில்
தன் புத்தகம் வர வேண்டுமென்றார்
புத்தகமும் வந்தது
உலகப் புகழும் வந்தது
ஆர்வத்துடன் காத்திருந்தேன்
ஆனால் அந்த வாரத்தோடு
ஓப்ரா வின்ஃப்ரே தன் நிகழ்ச்சியை
முடித்துக் கொண்டார்
காலேஷ்வரிடமே போய் விடலாமென்று
பேணுகொண்டா கிளம்பினேன்
உலகத்தையே சொஸ்தப்படுத்திக்
கொண்டிருந்தவருக்குக் கிட்னி ஃபெய்லியராம்
பெங்களூரு ஹாஸ்பிடலில்
இருக்கிறார் ஸ்வாமி காலேஷ்வர்
வரம் வாங்காமல் போகக் கூடாதென
அங்கேயே காத்திருந்தேன்
மரணச் செய்திதான் வந்தது
கடுப்புடன் கண்ணம்மாப்பேட்டைக்குத்
திரும்பினேன்
ரெண்டு மூணு பேர்
பிணத்தை எரித்துக் கொண்டிருந்தார்கள்
பக்கத்தில் குவாட்டர் பாட்டில்கள்
திறந்து கிடந்தன...

16.11.2020.

15

பால்வீதி பார்க்க
அந்த அராபியப் பாலைவனத்துக்கு
சகாக்களுடன்
சென்றிருந்தேன்
அரபுச் சட்டத்துக்கு
அஞ்சி மதுபானம்
எடுத்துப் போகவில்லை
ஆனாலும் கில்லாடி பிரபு
எனக்காகக்
கொண்டு வந்திருந்த
ஒரே ஒரு போத்தலை
தீர்த்தம்போல் குடித்துத்
தீர்த்தோம் எல்லாரும்
மூத்தவன் என்பதால்
என் பங்கு அதிகமாச்சு
மணலில் படுத்தால் தேள் வரும்
பாலைவனத் தேள்
உயிரைக் குடிக்குமென்று
உள்ளே போகச் சொல்லி
கூடாரத்தைக் காண்பித்தான் பிரபு
பால்வீதிக்கு முன்னால்
உயிரும் மயிரும் ஒண்ணு
எனச் சொல்லி
துண்டை உதறி மணலில் போட்டு
மல்லாந்து படுத்தேன்
காலையில் பார்த்தால்
கண்ணெதிரே ஓடிக் கொண்டிருந்தது
பெருந்தேள் ஒன்று

இளஞ்சூரியக் கதிரொளி
பட்டுத் தெறிக்கும்
மணல் மேட்டுப்
படுகைகளைக் காட்டி
பெண்ணுடலின் மேடுபள்ள
மென்றான் பிரபு
யதாபூதம் சூன்யம்
என்றேன்
நான்

19.11.2020.

16

ஆயுதங்கள் மாறின
தேசங்கள் மாறின
குதிரை விமானமாயிற்று
ஆனாலும்
காதலில் தோல்வியுற்ற
மனிதன்
இன்னமும்
மதுவைத்தான் நாடி
ஓடிக் கொண்டிருக்கிறான்
கணவனின் துரோகம்
தாங்க முடியாத பெண்
இன்னமும்
அரளி விதையைத்தான்
அரைத்துக் கொண்டிருக்கிறாள்
இன்னமும் ஒரு குழந்தை
தாயைத் தேடி
அழுது கொண்டிருக்கிறது

20.11.2020.

17

நேற்று வந்த வெர்னரின்
கடிதத்தைப் படித்ததிலிருந்து
பாவ்லோ கொய்லோவின்
சாகசத் தனிமை
ஞாபகத்தில் வந்து மோதுகிறது
தென் ஃப்ரான்ஸில்
மனித வாடையற்ற ஒரு நிலப்பகுதியில்
ஆறு மாதம்
பிறகு
ப்ரஸீலில்
குடும்பத்தோடு ஆறு மாதம்
வால்டன் வனத்தில்
தோரோ வாழ்ந்தது
இரண்டு ஆண்டுகள்
இரண்டு மாதங்கள்
இரண்டு நாட்கள்
வனம் அலுத்ததும்
நகரத்துக்குச் சென்று விட்டார் தோரோ
என் ஜெர்மானிய நண்பன் வெர்னர்
முப்பத்து மூன்று வயது
ஆய்வு மாணவன்
குடும்பமில்லை
உற்றமில்லை
சுற்றமில்லை
தேசமுமில்லை
பணம் இல்லை
பெண் துணையும் இல்லை
பல்கலைக்கழகம் வதைக்கூடம்
சம்ஸ்கிருதப் பண்டிதனான வெர்னர்
இரண்டு

சம்ஸ்கிருத கவிதைகளை
அனுப்பியிருந்தான். அவற்றின் தமிழ் வடிவம் கீழே:

இரு தாமரை மலர்களைத்
தாங்கிப்
பிடித்துக் கொண்டிருக்கிறது
ரோமாவலித் தண்டு
தாமரை மலர்களில் தேன் அருந்திக்
கொண்டிருக்கும் இரு வண்டுகள்
ரோமாவலியின் கீழே இருக்கும்
அடர்வனத்தின் ரகசியங்களைப் பற்றிக்
கிசுகிசுத்துக் கொண்டிருக்கின்றன

★★★

களைத்து விட்ட காதலனின்
இடத்தை எடுத்துக் கொண்ட
காதலியின் காதணிகள்
லயம் பிசகாத
அவளது ஊஞ்சலாட்டத்தில்
காதிலிருந்து அறுந்து விழுந்து விடுமோவென
அஞ்சுகிறான் ஆடவன்
அவள் தேகத்திலிருந்து
வியர்வை
வெள்ளமாய்
வழிந்தோடுகிறது

★★★

“இங்கே
இந்தச் சிறிய நகரத்தில்
பனிக்காலம் தொடங்கி விட்டது
இன்னும் நான்கு மணி கூட ஆகவில்லை

இருள் கவிந்து விட்டது
இந்த ஊரில் எப்படி வாழ்வது சொல்
இந்தியா பற்றித் தெரியாமல் இருந்திருந்தால்
இங்கேயே இப்படியே
இருந்திருப்பேன்
இந்தியாவுக்கு வந்து வந்து
இப்போது அந்த தேசம்
என் தேசம்போல் ஆகிவிட்டது
அங்கே வந்து
ஒரு சம்ஸ்கிருத ஆசிரியனாகப்
பிழைத்துக் கொள்ளலாம்"
என்று எழுதியிருந்த
வெர்னரின் கடிதத்தைப்
படித்ததிலிருந்து
வெர்னரும் நானும்
வேறு வேறல்ல என்று
தோன்ற ஆரம்பித்து விட்டது
சீலேவின் சாந்த்தியாகோ நகரில்
பத்து நாட்கள்
தனித்து விடப்பட்ட போது
அந்த நகரில்
என்னுடைய அடையாளமென்ன
எனக் குழம்பிய தருணம்
ஏனோ இந்த வரிகளைத்
தட்டச்சு செய்யும் போது
ஞாபகம் வருகிறது

ஆஸ்லோவில் வசிக்கும் என் நண்பன் தார்வேஷுக்கு...

21.11.2020.

18

பிரம்மனின் கனவில்
மழை பெய்து கொண்டிருக்கிறது
மழையில் உலகம்
அழிந்து கொண்டிருக்கிறது
அழிந்து போன உலகத்தில்
திரும்பவும்
தலையெடுக்கிறது
காலம்
பிரம்மனின் கனவில்
மேகங்கள் திரள்கின்றன...

21.11.2020.

19

பூஜ்யம்

ஒன்று
பூஜ்யமும் ஒன்றும் பூஜ்யம்
பூஜ்யமும் ரெண்டும் பூஜ்யம்
பூஜ்யமும் மூணும் பூஜ்யம்
பூஜ்யமும் பூஜ்யமும் பூஜ்யம்
ஒன்றும் பூஜ்யமும் ஒன்று
ஒன்றும் ஒன்றும் ஒன்று
ஒன்றும் ரெண்டும் ஒன்று
ஒன்றும் மூணும் ஒன்று
ஒன்றும் ஒன்றும் ஒன்று
ஒன்று
பூஜ்யம்
ஒன்று
பூஜ்யம்
ஒன்றுக்குள் பூஜ்யம்
பூஜ்யத்துக்குள் ஒன்று
பூஜ்யம் பூஜ்யம் பூஜ்யம்
ஒன்று ஒன்று ஒன்று

21.11.2020.

20

அன்னையாகி நின்ற
ஸ்மாஷன் தாராவிடம்
என் தந்தையைக் காண்பி
எனக் கேட்டேன்
மூன்று ஆண்டுகள்
மசானத்திலே
சவ சாதனம் செய்தேன்
மனமிரங்கிய தாரா
தந்தையைக் காணும்
மந்திரம் தந்தாள்
அதைப் பார்த்த
நகரசபை ஊழியரொருவர்
மந்திரவாதியெனச் சொல்லி
எனை அடித்து விரட்ட
இந்தப் பெருநகரம்
சவ சாதனத்துக்கு ஆகாதென
மணிகர்ணிகா மகாமசானம்
சென்றேன்
ஆயிரக்கணக்கான ஆண்டுகளாய்
இந்த மகாமசானத்தில்
பிரேதம் எரியாத ஒரு கணமில்லை
மசானத்தை சும்மா
எட்டிப் பார்த்து விட்டுப் போனால்
உனக்கு வரும்
மசான சத்தியம்
மசானத்திலேயே
வாழ்ந்து பார்த்தால் வரும்
வேறொரு சத்தியம் சொல்லும்

நீயும் இப்படித்தான்
செத்துப் போவாயென
கோடீஸ்வரன் பிச்சைக்காரன்
பதினாலு வயதுக் கன்னிப் பெண்
தொண்ணூறு வயதுத் தொண்டுக் கிழம்
பால்மணம் மாறாப் பச்சிளங்குழந்தை
மகாத்மா காமக்கொடூரன்
பிரேதத்திலெதுவும் வித்தியாசமில்லை
மூளையின் மீதங்கள் ஒட்டிக் கொண்டிருந்த
கபாலத்தில்
சோறு பொங்கி உண்டேன்
க்ஷணமொரு பிரேதம்
தினமொரு கபாலம்
ஒன்பது மாத உச்சாடனத்துக்குப் பிறகு
கேட்டது ஒரு சப்தம்
"அடேய் மூடா
நான் மஹாகாலனென அறிவாயா
எனைக் கண்டால்
காலம் உன்னைக் கொண்டு விடும்
நீ எனக்குள் ஆகி விடுவாய்."
"துறந்தவன் துறவி
நான் துறப்பதற்கும்
ஏதுமில்லாதவன்
நான் உன்னைக் கண்டே ஆக வேண்டும்."
"அப்படியானால் இனி
நிழல்போல்
உன்னைப் பின்தொடர்வேன்."
அந்தக் கணத்திலிருந்து
என் மரணமும்
உன் மரணமும்

எல்லார் மரணமும்
எப்போது வரும்
எப்படி வருமெனத்
தெரிந்து போனது எனக்கு
கனவில் வந்து
இதையெல்லாம்
கதைபோல் சொன்ன
அகோரியிடம் கேட்டேன்
"இவ்வளவுதானா?"
"காலனுன் பின்தொடர்வதை
நீ அறிய மாட்டாய்
நான் அறிந்திருக்கிறேன்
அவ்வளவுதான்."

23.11.2020.

21

அவனும் அவளும்
போகம் துய்த்தனர்
துய்ப்பின் உச்சத்தில்
அவனுயிர் பிரிந்தது
இப்போது அவளுக்கு
அவனுடல் தொட
அச்சம்

23.11.2020.

22

இருத்தலை
ஞாபகமாக மாற்றும்
தகனபூமி
எழுத்து

23.11.2020.

23

நீ எங்கும் நிறைந்தவள்
என்பதை மறந்து விட்டு
இங்கே வந்து விட்டேன்
நீ சிந்தனைக்கு அப்பாற்பட்டவள்
என்பதை மறந்து விட்டு
உன்னைப் பற்றிச் சிந்தித்து விட்டேன்
நீ வார்த்தைகளுக்குள் அடங்க மறுப்பவள்
என்பதை மறந்து விட்டு
உன்னைப் பற்றி எழுதிக் கொண்டிருக்கிறேன்

23.11.2020.

24

*10 Downing*இல்
எட்டு ரவுண்டு டகீலா
அப்புறம் கொஞ்சம் ஆட்டம்
எல்லாம் முடித்து
வோலாவில்
தெரேஸாவை அனுப்பி விட்டு
ஆட்டோவில்
வீடு திரும்பிக் கொண்டிருந்தபோது
பக்கத்தில் ஒரு ஆள்
யாரென்று புரியவில்லை
எட்டு ரவுண்டு டகீலாவும்
ஆடியதில் போய் விட்டதே
யார் நீர் என்றதற்குக்
கடவுள் என்று பதில் வந்தது
சமீபத்தில் புதுமைப்பித்தனைப்
படித்துப் பித்தமாகி விட்டதா
என ஐயத்துடன்
என்னய்யா உளறுகிறீர்
அதெல்லாம் கதையில்தான்
நடக்குமென்றேன்
நிஜத்திலும் நடக்கும்
என்ன வரம் வேண்டும் கேள்
என்றார் கடவுள்
சரி விளையாடுவதிலென்ன
நட்டமென்று பணம் வேண்டும்
என்றேன்
கலி முற்றி விட்டது
எழுத்தாளனுமா இப்படியென

முனகியபடி கொடுக்கிறேன்
ஆனாலொரு நிபந்தனை
என்றார் கடவுள்
என்ன என்றேன்
மது மாது கூடாது
அப்படியானால் உம் பணம் தேவையில்லை
எடுத்துக்கொண்டு போமென்று
சொல்லி விட்டு
ஆட்டோவை நிறுத்திக்
காசு கொடுத்து விட்டு
நடக்க ஆரம்பித்தேன்
பெஹன்சூத்
கடவுள் கூட
டார்ச்சர் கொடுக்கிறார்

25.11.2020.

25

எரிகிறாய்
இருக்கிறாய்
அதிசயம்

27.11.2020.

26

ஜனனம்
மரணத்தைப்
பிரசவித்தபடி
தன் மரணத்தைத்
தானே
எழுதிச் செல்கிறது
சூன்யத்தின் காகிதத்தில்

28.11.2020.

பூச்சி

என்னிடம் ஒரு பூச்சி இருந்தது. அழகான கவர்ச்சியான பூச்சி. அதை சீராட்டிப் பாராட்டி வளர்த்து வந்தேன். நடைப் பயிற்சிக்கெல்லாம் அழைத்துப் போவேன். பலரும் பாராட்டினார்கள். பாராட்டப் பாராட்ட சீராட்டல் மிகுந்தது. ஒரே ஒரு யதி சொன்னார், பூச்சிதான் உன் சத்ரு என. கேட்கவில்லை நான். ஒரு கட்டத்தில் என் இதயத்தில் பாதியைத் தின்று போட்டது பூச்சி. பதிலுக்கு நானும் கொன்று போட்டேன் பூச்சியை. பாதி இதயத்தோடே வாழவும் பழகிக் கொண்டேன்.

இப்போது என் நண்பன் அதே பூச்சியை வளர்த்து வருகிறான்.

22.2.2021.

தனக்கே குழி தோண்டிக் கொண்ட நடித் தாண்டவராயனின் கதை

(ஒரு நீதிக் கவிதை)

செய்வதற்கு ஒன்றுமில்லாத
தாண்டவராயன்
குழி ஒன்றைத் தோண்டினான்
குழிக்குள் படுத்துக் கொண்டால்
பதமாக இருக்குமென்று
தலைப்பக்கம் கை வைத்துப் படுத்தும் விட்டான்
ஒரு போர்வையும் இருந்தால் சுகமாக இருக்குமே
யென நினைத்தபோது
மேலே ஆளரவம் கேட்டு
கொஞ்சம் மண்ணை அள்ளிப் போடும் ஓய்
என்றான்
வந்தவனும் கொஞ்சம் அள்ளிப்
போட்டுவிட்டுப் போனான்
குழி தோண்டிய களைப்பில்
உறங்கிப் போனான் நம் தாண்டவ
ராயன்
பிறகு அந்தப் பக்கமாய் வந்த
வழிப்போக்கர் சிலர்
ஐயோ பாவம் மண்ணள்ளிப் போடவும்
நாதியற்ற பிரேதமெனக்
கொண்டு
மண்ணள்ளி

மண்ணள்ளிப்
போட்டு மூடினர்
இப்படியாய்
முடிவுக்கு வந்தது
தாண்டவராயனின் கதை
கதையென்று ஆரம்பித்தால்
முடிந்துதானே
ஆக வேண்டும்
முடிவு
எப்படியிருந்தால்
யாருக்
கென்ன

9.3.2021.

சைத்தானை நான் சந்தித்த போது
என் கழுத்தெல்லாம்
கோரைப்பல் தடங்களிலிருந்து
குருதி கொட்டிக் கொண்டிருந்தது
மூக்கிலிருந்தும்தான்
பற்களும் ஒன்றிரண்டு உடைந்து விட்டன
கை கால் சேதமும் உண்டு
ஆக மொத்தம்
குற்றுயிரும் குலையுயிருமாய்த்தான்
சைத்தானிடம் போய்ச்
சேர்ந்தேன்
அப்புறம் பேசிக் கொள்ளலாம்
என்னைத் தஞ்சம் அடைந்தவர்களை
அந்த நாசமாய்ப் போன கடவுளைப் போல்
நான்
சோதிக்க மாட்டேன்
முதலில் இந்தக் காயங்களுக்கு
சத்திர சிகிச்சை செய்து
விடுவோம் வலி
தெரியாமலிருக்க இதோ
கொஞ்சம்
பருகு நாட்டுச்
சாராயம்
என்றான் சைத்தான்
மன்னித்துக் கொள்ளுங்கள் மிஸ்டர் சைத்தான்
நான் நாட்டுச் சாராயம் பருகுவதில்லை
ரெமி மார்ட்டின்தான் பழக்கம்
என்றேன்
அந்தக் கொடுப்பினையெல்லாம்
நமக்கில்லை அப்பனே

நானோ ஒடுக்கப்பட்டவன்
ஆனானப்பட்ட கடவுளாலேயே
சபிக்கப்பட்டவன்
ஊருக்கும் உலகுக்கும் வேண்டாதவன்
நமக்கெல்லாம் ஆகுமா சீமைச் சாராயமெல்லாம்
என்றான் சைத்தான்
ஆபத்துக்குப் பாவமில்லையென்று
நாட்டுச் சாராயத்தையே
அன்றைய தினம்
குடித்து வைத்தேன்
வலியில்லாத சத்திர சிகிச்சைதான்
குருதி கொட்டுவது நின்று போனது
இப்போது சொல் என்ன விஷயம்
என்றான் சைத்தான்
நீதி நேர்மை நியாயம்
தர்மம் அறம் சத்தியம்
நல்லொழுக்கம் கற்பு
பிறன்மனை நோக்காமை
என்று விதவிதமான ஆயுதங்களால்
தாக்கப்பட்டேன்
பொய்மைக்கு முன்னால்
பெருமலையும் கடுகாமேயெனத்
தெரியாதா உனக்கு
என்றான் சைத்தான்
நமஸ்கரித்து நன்றி சொன்னேன்
அது சரி, என் பெயரைப் புனைப்பெயராய்க் கொண்ட
கவிஞன் எப்படி இருக்கிறான் எனக் கேட்டான்
வறுமை தாளாமல்
இப்போது அவன் கடவுள் கட்சியில் சேர்ந்து விட்டான்
என்றேன்

ஓ மை காட், இப்போது நன்றாக இருக்கிறான் இல்லையா?
இல்லை மிஸ்டர் சைத்தான்,
கடவுளே கவிஞர்களைத் திட்டி விட்டதால்
கொஞ்சம் சிரமதசையில்தான் இருக்கிறான்
தங்களோடு இருந்தபோது கையில்
பணம் புரளாவிட்டாலும்
தோழிகள் புரண்டார்கள்
இப்போது அதற்கும் வழியில்லை
என்றேன்
சரி, எதிரியிடமிருந்தாலும்
என் ஆசி அவனுக்குண்டு
என்று சொன்ன சைத்தான்
என் ஜேபியில் இரண்டு தாயத்துகளைப் போட்டான்
ஆர்வத்துடன் எடுத்துப் பார்த்தேன்
துரோகம் நயவஞ்சகம் என்று கண்டிருந்தது
கடவுளின் சிப்பாய்களோடு போராட
இது போதும் என்றான்.

27.12.2021.

தேவதை, கடவுள் மற்றுமொரு சாத்தான்

"நீ பழகிக் கொண்டிருப்பவன் சைத்தான் என்பதும்
நான் தேவதை என்பதும்
தெரியாதா உனக்கு?" என்றாள் தேவதை

தெரியுமே என்றேன்
நல்லது,
அப்படியானால் நீ
சைத்தானை உதறிவிட்டு என்னோடு வா
சொர்க்கத்தைக் காட்டுகிறேன்
என்றாள் தேவதை

மதகுருமாரும் தீர்க்கதரிசிகளும்
சொல்லும்
சொர்க்கங்கள் அலுப்பூட்டுபவை
எனக்கு சொர்க்கம் வேண்டாம்
சைத்தானோடே இருந்து கொள்கிறேன்
என்றேன்

கடைசியாக ஒருமுறை முத்தமிட்டுப்
பிரிந்தாள் தேவதை

பிறகு சைத்தானும் நானுமாய்
தேவதைகளின் குறுக்கீடின்றி
கொண்டாடினோம்
கொண்டாடினோம்
கொண்டாடினோம்
வாழ்க்கையை

ஒருநாள்
டென் டௌனிங் மதுக்கூடத்தில் வைத்து
கடவுளை எப்படி ஒழித்துக் கட்டலாமென
திட்டங்கள் தீட்டினோம்
நான் பலவிதமான ஆயுதங்களை
பரிந்துரை செய்தேன்

ஆயுதங்களால் அது முடியாது
கடவுளைக் கொல்லும் வலுவான ஆயுதம் ஒன்று
உண்டென்று சொல்லி
அதைச் செய்தும் காட்டினான் சைத்தான்

அது ஒரு கவிதை

பயந்து போன கடவுளும்
கவிதைக்கு எதிராகக் கதற ஆரம்பித்துக்
கதறிக் கதறியே செத்துப் போனார்

கவிதையைப் படித்த மானுடர் சிலரோ
இது மனப்பிறழ்வின் வெளிப்பாடென்றார்

மனப்பிறழ்வின் வெளிப்பாடுகளைக்
கொட்டும் இடம் தேடிக்
கொஞ்ச நாள் அலைந்த சைத்தான்
கடைசியில்
தொலைக்காட்சி விவாதங்களைக் கண்டடைந்தான்

பிறகு அவன்
மனப்பிறழ்வில்லாத
தன்
முதல் கவிதையை எழுதினான்
அது
மிஸ் யூ என்ற
சொல்லாலானது

மிஸ்யூ என்பது
யாரை எனக் கேட்டேன்
தலையைச் சிலுப்பியபடி
கடவுளை என்றான்

5.3.2022

பிரம்ம-நாயகன்

புதுமைப்பித்தனின் செல்லம்மாள்
படித்திருக்கிறாயா
அதில் வரும் பிரம்மநாயகம் பிள்ளை
நான்தான்
ஒரு வித்தியாசம்
துயரத்தின் குறியீடு அவர்
கொண்டாட்ட
நாயகன்நான்
சடலங்களின் மீது நின்றுகொண்
டிருக்கும் நீயா
கொண்டாட்ட நாயகனென்றார்
சிலர்
வாதையின் ரேகை படிந்த
முகமும்
சட்ட திட்டங்களின்
கடுவிதிகளைக்
கொண்ட புனிதநூலுமாக
வரும்
தீர்க்கதரிசிகளின்
அபாய சைகைகளுக்கு
எதிரானதென்
பாடல்
பாழ்பிறவிக்கடலில்
மூழ்கி மூழ்கி
முத்தறியத் தூண்டுவதென்
பாடல்
நாடி நரம்புகளில்

உச்சம்கொண்
டாடுவதென்
பாடல்
ஆதலால்
ஆதலால்
என் நண்ப,
என்னருகே
நெருங்கி வருகையில்
சடலம் கண்டு அஞ்சி
ஓடி விடாதே
என்
அந்தப் பாடல்
ஒரு பூனைக்குட்டியின்
முத்தத்துக்கு
நிகரானது
உன் காதலியின்
ஸ்பரிஸத்துக்கும்...

கனாவிலொரு பூனை

ஸ்னேகிதீ...
உன்னைப் போலத்தான் நானும்
மனிதர்களைக் காட்டிலும்
பூனைகளையே அதிகம் நேசிக்கிறேன்
ஆனால் பூனைகள்
வேற்றுக்கிரக ஜீவிகளைப் போல்
சிந்திக்கின்றன
நடந்து கொள்கின்றன
திடீர்
திடீரென காணாமல் போய்
திடீர்
திடீரெனத் தோன்றும்
புதிர்த்தன்மை கொண்டவையாக
இருக்கின்றன
பூனைகளின் மனதில் என்ன
இருக்கிறதென்று
பூனைகளின்
கடவுளுக்கே தெரியாது
பூனைகளுக்கே தெரியுமா
என்பதும் ஐயம்தான்
சமயங்களில் மனம்
மிக நொந்து
பூனைகளே வேண்டாமென்று
வாழ்ந்திருக்கிறேன்
சிருஷ்டியின்
வினோதம் பூனையின்றி

வாழ்க்கையில்லை
என்கிறது
போ
போ
மீண்டும் போ
பூனையைத் தேடி...
வசப்பட்டது
ஓர் அழகிய
பூனை
இந்த்ரலோகப் பூனையாக
இருக்க வேண்டும்
பூமியிலே
இப்படியோர் பூனை
கண்டதில்லை யாரும்
கேளும் பிள்ளாய்
அந்தப் பூனை
அன்பினாலும் ஆனது
கொஞ்ச நாளில் பார்த்தால்
அதுவும் வேற்றுக்கிரகவாசியே
என்றறிவித்தது
பூனைகளே வேண்டாமென்று
ஒதுங்கினேன் மீண்டும்
அப்படியே ஒன்றன்
பின் ஒன்றாக
பூனைகள்
பூனைகள்
பூனைகளெனப்
பூனைகளே வாழ்க்கையாகிப் போயிற்று
இறுதியிலொரு பூனையிடம்
கிளர்ந்து திளைத்து

நீயே எனது கடைசிப் பூனை
என்றேன்
பொய் கூற
லாகாது மானிடா
என்றது பூனை
இது
உண்மை
உண்மை
உண்மை
எனை நம்பேன்
எனை நம்பேன்
என
அலறியழுது
சுவரில் தலையால்
மோதிக் கொண்டேன்
அப்போதும்
குரலில் கொஞ்சமும் ஈரமின்றி
பொய் கூற
லாகாது மானிடா
என்றது பூனை

பிறகு இருவருமே
விதியின் வசமானோம்
பூனை ஓரிடம் நானோர்
இடமெனப் பிரிந்தோம்
பிரியும்போது
பூனை என்னிடம் சொன்னது
அது ஒரு கனாக்
கண்டதாம்
அதில்

நானொரு பூனையை முத்தமிட்டேனாம்
முத்தமிடும்போதே இறந்தும் விட்டேனாம்
ஜாக்கிரதை
ஜாக்கிரதை
ஜாக்கிரதை
எனச் சொல்லி
விட்டுப்
பிரிந்தது பூனை
அழகின் குறியீடாக
இருந்த பூனைகள்
இப்போது
மேதமையின் பித்தேறி
மரண வாடையுடன்
தெரியத் தொடங்குகின்றன
ஆனாலும் பாரேன்
பூனைகளின் முத்தத்துக்கு
ஈடான பரவசம்
ஈரேழு பதினாலு லோகங்களிலும்
உண்டோடா,
மானிடா...